பத்தாயா

பிறைமதி குப்புசாமி

டிஸ்கவரி பப்ளிகேஷன்ஸ்
எண்: 9, பிளாட் எண்: 1080A, ரோஹிணி பிளாட்ஸ்,
முனுசாமி சாலை, கே.கே.நகர் மேற்கு,
சென்னை - 600 078. பேச: 99404 46650

வெளியீட்டு எண்: 0225

பத்தாயா (குறுநாவல்)

ஆசிரியர்: **பிறைமதி குப்புசாமி**©

Paththaya (Novelette)

Author: **Piraimathi Kuppusamy**©

Print in India

1st Edition: January - 2023

ISBN: 978-93-95285-42-1

Pages - 88

Rs - 110

Publisher • Sales Rights

Discovery Publications
No. 9, Plot,1080A, Rohini Flats,
Munusamy Salai,
K.K.Nagar West, Chennai - 78.
Tamilnadu, India.
Mobile: +91 99404 46650

Discovery Book Palace (P) Ltd
No. 1055-B, Munusamy Salai,
K.K.Nagar West,
Chennai-600 078.
Ph: (044) 4855 7525
Mobile: +91 87545 07070

discoverybookpalace@gmail.com / www.discoverybookpalace.com

இந்த நூலில் பிரசுரமாகியுள்ள எந்த ஒரு பகுதியையும் எழுத்துபூர்வமான முன்அனுமதி பெறாமல் எடுத்தாள்வதோ, மறுபிரசுரம் செய்வதோ, மொழியாக்கம் செய்வதோ, ஊடகங்களில் மறுபதிப்புச் செய்வதோ, காப்புரிமைச் சட்டப்படி தடை செய்யப்பட்டுள்ளது. இந்த நூலிலிருந்து சில பகுதிகளை மேற்கோள்காட்டி நூல்அறிமுகம் செய்யலாம்.

உங்கள் மொபைல் போனிலிருந்து ஸ்கேன் செய்து 'டிஸ்கவரி புக் பேலஸ்' மொபைல் ஆப்பை டவுன்லோடு செய்து, புத்தகங்களை வாங்குங்கள்.

சமர்ப்பணம்

நிலாவின் பத்தாயாவிற்கு...

இலக்கியமாய் மாறிய பத்தாயா

உலகில் தனியராய்த்தான் பிறக்கிறோம். ஆனால் தனியராய் வாழ முடிவதில்லை. சமூகத்தின் ஓர் அங்கத்தினர் ஆகிவிடுகிறோம். எத்தனையோ பேர், உடன் வருகிறார்கள்; உடனிருக்கிறார்கள். உறவினர், நண்பர்கள், அக்கம்பக்கத்தினர், அலுவல் சார்ந்து உடன் பயணிப்போர் என ஆயிரக்கணக்கானோரைச் சந்தித்தாலும் மிகச்சிலர் மனத்தில் இடம் பெறுகிறார்கள்; நிறைந்து விடுகிறார்கள். அவர்களை நினைவுகூர்வதற்கும் சொல்வதற்கும் நிறைய உணர்வுகளை நிறைத்தும் விடுகிறார்கள்.

சிறுகதை, குறுநாவல், புதினம் யாவும் புனைவிலக்கியங்களே. ஓர் எழுத்தாளர் தன்மைக்கேற்ப கதாபாத்திரங்களை உருவாக்குகிறார். வாசகர்கள் கதையினூடாகப் பயணிக்கிறபோது கதாபாத்திரங்களின் தன்மைக்கேற்ப மனத்தளவில் உறவை உருவாக்கிக் கொள்கிறார்கள். கதாபாத்திரங்களின் பெயரைத் தன் பிள்ளைகளுக்குச் சூட்டுகிற அளவுக்கு ஈடுபாடு கொள்கிறார்கள். ஏனெனில், புனைவுதானெனத் தெரிந்தாலும் வாசிப்பின் தீவிரத்தில் உண்மைக்கு மிக அருகில் கதையையும் கதாபாத்திரங்களையும் பொருத்திப் பார்க்கிறார்கள்.

புனைவிலக்கியத்தை உண்மைக்கு அருகில் மனமேற்கும் எத்தனையோ புதினங்களை வாசிக்கிறோம். உண்மையான கதாபாத்திரங்களைக் கதைமாந்தர்களாக உலவவிடும் குறுநாவல், நாவல்களும் எழுதப்படுவதும் வாசகரிடத்திலே இணக்கமாய்ச் சென்றுசேர்வதும் நிறைய. தன் அனுபவத்தின் உணர்வை அல்லது தான் தரிசித்த வாழ்வியலைக் கதைகளமாக்கி வெற்றிபெற்ற எழுத்தாளராய்த் திகழ்பவர் பிறைமதி குப்புசாமி. ஏற்கனவே இவர் எழுதிய சிறுகதைகளும் குறுநாவலும் சான்றுகளாய் இருக்கின்றன. இவர் எழுதிய வந்தாரங்குடியான் நாவல் சௌமா இலக்கிய விருது பெற்றது.

அவரின் வாழ்வில் இடைப்பட்ட பலர் குறித்தும் அவர்தம் வாழ்வுகுறித்தும் இதற்கு முன்னர் எழுதியிருக்கிறார். தன்

வாழ்வில் மட்டுமின்றி தன் குடும்பத்தில் ஒருவராய் வாழ்ந்து மறைந்தவரைப்பற்றி இதோ எழுதியிருக்கிறார்.

அவர்தான் பத்தாயா.

“அன்பு என்பது வேறொன்றுமில்லை. தன் நேசித்த ஒருவர் அருகில் இல்லாதபோது மனதில் வார்த்தைகளற்று உண்டாகும் ஒருவிதமான வெறுமையால், கண்கள் வழியாகக் கண்ணீராக வருமே, அது தான் அன்பு.”

இப்படி ஒரு குறிப்பை எழுதியிருப்பது அன்புக்கான கருத்து மட்டுமல்ல. அதற்கு இன்னொரு பெயராய் இருக்கும் பத்தாயா பற்றி எழுதுவதற்கான அடிப்படையும் கூட.

என் பால்ய காலங்களில் கிராமத்தில் இருந்தபோது தந்தி என்பது மரணசெய்தியைச் சுமந்து வரும் அச்சம். பின் தொலைபேசிகள் வந்தபிறகு தந்தி அற்றுப்போனது.

அலை மணி ஒலிக்கிறது. எடுக்கிறோம். எதிர்த்திசையில் நமக்கு மிகவும் நெருக்கமானவர். மொழியற்று அழுகுரல் கேட்கத் தொடங்கும்போது ஏற்படும் அச்சம் சூழ்ந்த துயர் மிகவும் அதிர்ச்சியை உருவாக்குவது.

திறப்புப் பத்தியில் அலைபேசி வருகிறது. கதைசொல்லியின் மனைவி எதிர்முனையில் இருந்து அழுகிறார். பதற்றமுற்ற அக்கணத்தின் அதிர்ச்சியை வாசகருக்கு, அதே அளவு பிறைமதி அவர்களால் கடத்திவிட முடிவது அவரின் திறன்.

பத்தாயா இறந்துவிட்டாள்...

மரணம் ஏற்படுத்தும் துக்கம்தான் எதைவிடவும் அதிகமானது. ஆயினும் மரணங்கள் தவிர்க்க முடியாதவையாகவும் தொடர்ந்து நிகழ்ந்த வண்ணமுமாகவே இருக்கின்றன. ஒரு மரணத்தின் தீவிரம் இறந்தவருடன் எவ்வளவு நெருக்கமாக இருந்தோம் என்பதிலும் நமக்கு மிகவும் நெருக்கமானவர்களுடன் எவ்வளவு இணக்கமான அலைவரிசையில் இருந்தார்கள் என்பதிலும் இருக்கிறது.

இன்னும் சொல்லப்போனால் ஒரு மரணத்தால் நேரும் இழப்பை நிரப்புவதில் இருக்கும் அளவே துக்கத்தின் தீவிரத்தைத் தீர்மானிக்கிறது. பத்தாயாவின் இழப்பு அத்துணை எளிதில் இட்டு நிரப்பிவிட முடியாதது. அதைச் சித்தரிக்கும் காட்சிகளைச் சாட்சியங்களாக்குவதே பத்தாயா குறுநாவலின் போக்கு.

மரண செய்தி அறிந்தவுடன் கிளம்பி வருகிறபோது பழைய நினைவுகள் பலவும் நினைவுக்கு வருகின்றன.

கதைசொல்லியின் மனைவி காதலியாக இருந்த காலத்தில் தாத்தாவைப் போய் சந்திக்கிற காட்சியில், ஏதோ ஹார்லிக்ஸ் பாட்டில் தருவதைப் போல குவார்ட்டர் பாட்டிலைத் தாத்தாவிடம் தருவது, பாட்டி ஓடி கீடிப் போய் கல்யாணம் பண்ணிக்காதிங்க, முறைப்படி பொண்ணுகேட்டு பண்ணிக்கோங்க என்பதாகவும் அறிமுகமாகிறது.

பத்தாயா குடும்பத்தினரிடம் எப்படி அன்புமிக்க உறவு பேணினார் என்பதை ஒவ்வொரு கதாபாத்திரத்துக்கும் உரியவண்ணம் பேசப்படுகிறது. கதைசொல்லியின் மாமனார், மாமியார், பத்தாயாவின் மருமகன், மகள் என்ற அளவில் எத்தகைய உறவு இருந்தது என்பதற்குத் தேவையான சம்பவங்கள், மருமகன் கேலிசெய்ய கீழே பார்த்தபடி நகைக்கும் பத்தாயா. அதுபோலவே கதைசொல்லியின் மனைவி தமிழரசி தன் ஆயா மீது கொண்டிருந்த அன்பின் பேரளவு குறித்தச் சித்திரங்கள் அழகாக வரையப்பட்டுள்ளதைக் குறிப்பிடவேண்டும்.

கதைசொல்லியின் மகள் நிலாவுக்கும் பத்தாயாவுக்கும் உள்ள உறவுதான் மைய சரடு. ஒரு மழலையும் முதியவரும் மனத்தளவில் நெருக்கமாவது இயல்பானதுதான். அதுவும் வேலைக்குப்போகும் பெற்றோரின் குழந்தைகள் பாட்டிகளோடு மிக அன்னியோன்யமாகிப்போவதும் அவர்களின் கவனிப்பில் வளர்வதும் அறிந்துகொள்ளக்கூடியதே.

பத்தாயாவோ நிலாவின் பாட்டிக்கும் அம்மா. பாசத்திற்குப் பஞ்சமிருக்குமாவென்ன. விளையாட்டுதான்.

கதைசொல்லல்தான் இப்படியாக. இத்துணைப் பிரியமான பத்தாயா மரணமுற்றது அறியாமல் குழந்தை நிலா இருப்பதும் அடக்கம் செய்து திரும்புகையில் அழத்தொடங்குவதும் அதனைத் தாள முடியாமல் கதைசொல்லி அழுவதும் துயர்மிகு தருணத்தின் உச்சம்.

பத்தாயா குறித்தும் அவரின் அன்பு குறித்தும் அவர்மீது குடும்பத்தார் வைத்திருந்த அக்கறை பற்றியெல்லாம் சொல்லிச் செல்கையில், வேறு இரண்டு பாட்டிகளுக்கு நேர்ந்த இறுதிக்காலத் துயரம் குறித்துப் பேசுகிறபோது சமூகத்தில் முதியவர்கள் எப்படி புறக்கணிக்கப்படுகிறார்கள் என்பது வேதனையானது. உயிர் கொடுத்தோரின் உயிர் பிரிக்கும் பிள்ளைகள்.

ஆனால், பத்தாயா உறவுகள் மீது அக்கறை கொண்டவளாக இருக்கிறாள். உறவுகளும் அவர்மீது பேரன்பு கொண்டிருந்தார்கள்.

கதையினூடாக மனைவி பிரசவத் தவிப்பில் இருக்கும்போது ஒரு கணவனின் பதற்றம் மிகவும் அந்தக்கணத்துக்கே உரிய உணர்வைப் பதிவாக்குகிறது. பல காட்சிகள் நிலாவுக்கும் பத்தாயாவுக்கும் உள்ள நெருக்கத்தை உறுதிப்படுத்துகின்றன.

குறிப்பாக வேளாங்கண்ணிக்கு குடும்பத்தோடு கிளம்பும்போது உடல்நிலை கருதி வரவியலா பத்தாயாவோடு இருந்துகொள்கிறேன் என அழத்தொடங்கும் நிலா. காகம், மூதாதையர் என்னும் தொன்மம் கதையின் உயிர்ப்பைப் பேணுவதற்கு பெரிதும் துணைசெய்கிறது. அதனை மிகச்சரியாக கதாசிரியர் பயன்படுத்திக்கொண்டிருக்கிறார்.

இதோ பத்தாயாவின் முதலாமாண்டு நினைவு நாள். கல்லறை எழுப்பிவிட்டார்கள்.

பத்தாயா மிகவும் நற்பேறு பெற்றவர். ஆம். அவர் கல்லறையில் மட்டும் வாழவில்லை. காகமாக மட்டும் வாழவில்லை. இந்தக்கதையிலும் வாழ்கிறார். தன் பேத்தியின் கணவர் பிறைமதி குப்புசாமி எழுத்தளராய் வாய்த்ததில் விளைந்த நற்பயன் இது.

வாழ்த்துகள் பிறை.
பத்தாயாவை நானும் நன்கறிவேன்.

எப்போதும் அன்புடன்

முனைவர் தமிழ்மணவாளன்

(கவிஞர், எழுத்தாளர்)

ஒரு துயரத்தின் நடுப்பகுதியிலிருந்து பேசுகிறேன்...

ரத்தமும் சதையுமாக எழுதிக்கொண்டிருந்த நாட்களில், நான் யோசித்ததுண்டு. ஒரு நாவல் முழுக்க மனித மான்பை பேசுகின்ற, அன்பு, பாசம் இவற்றையெல்லாம் உள்ளடக்கி ஒரு படைப்பு நம்மிடமிருந்து வெளிவருமா? என்று எனக்கு நானே கேள்வி கேட்டுக்கொண்டிருந்த நாட்கள் ஏராளம்.

அது சிறுகதையில் நிகழ்ந்திருக்கிறது. ஆனால் நாவலாக அல்லது குறுநாவலாக இருந்தால் எப்படி இருக்குமென்று யோசித்திருக்கிறேன்.

அது திடீரென்று எனக்கு நிகழ்ந்திருக்கிறது.

இந்தப் புத்தகம் வெளியாவதில் எவ்வளவு மகிழ்ச்சியாக இருக்கிறேனோ, அதே அளவிற்கு துயரமாகவும் இருக்கிறேன். காரணம், ஒரு துயரத்தின் நடுப்பகுதியில் இருந்துதான் இந்த கதையை எழுதத் துவங்கினேன்...

நிறைய நாட்களில் நேருக்கு நேராக சந்தித்த இரண்டு உறவுகள், அன்பும் கருணையும் பாசமுமாக வாழ்ந்த இரண்டு உயிர்களில் ஒன்று இறந்துபோன பிறகு இன்னொன்று தவிக்கின்ற தவிப்பு இருக்கிறதே..! அப்பப்பா... அதை எப்போதும் என்னால் விவரிக்கவே முடியாது.

இன்னும் உண்மையை அப்பட்டமாக சொல்ல வேண்டுமானால் இந்தப் புத்தகத்தைக்கூட அந்த இரண்டு உயிர்களின் நகலாக கொடுக்க முயற்சி செய்திருக்கிறேனே தவிர என்னால் முழுமையாக சொல்ல முடியவில்லை, எழுதவும் முடியவில்லை. ஒருவேளை இந்த கதையைப் படித்த பிறகு உங்களுக்குள் ஏதாவது துயரமான உணர்வோ அல்லது அழுகையோ அல்லது இந்த புத்தகத்தைப் படித்து முடித்து, மூடி வைக்கின்றபோது ஒரு இறுக்கமான மனநிலையில் நீங்கள் இருந்தீர்களேயானால், இந்தக் குறுநாவலை நான் சரியாக எழுதியிருக்கிறேன் என்று நான் நம்பிக்கொள்வேன்.

இன்னொன்றையும் நான் சொல்லவேண்டும். எனக்குள் ஏற்பட்ட அந்த துயரத்தை யாரிடமாவது கொட்டித்தீர்க்க வேண்டும் என்பதற்காகவே எழுதப்பட்ட படைப்பு என்றும் இதை சொல்லலாம். எனக்குள் இருந்த தீராத ரணம், வலி, துயரம் என எல்லாவற்றையும் எழுதி முடித்த பிறகு, எனக்குள் ஏற்பட்ட அந்த பூரண அமைதி நிலையை என்னால் உணர முடிந்தது.

உண்மையிலேயே இந்த குறுநாவலை எழுதி முடித்த பிறகுதான், என் இதயத்தின் கடைசியில் கிடந்த கண்ணீர்த் துளிகள் அமைதியாயின.

கதையில், அப்பாவாக, நிலாவாக பயணிப்பது யாரென்று நீங்கள் ஆராய்ச்சி செய்யவேண்டாம். அந்த நிலாவும் அவளுடைய அப்பாவும் உங்களில் யாராக வேண்டுமானாலும் இருக்கலாம், அல்லது நீங்கள் சந்தித்த மனிதர்களாகவும் இருக்கலாம், குறிப்பாக நீங்களாகக்கூட இருக்கலாம்.

பாட்டிக்கும் பேத்திக்குமான உறவை எழுதும்போது நாவல் முழுக்க நான் பாட்டியாகவும், பேத்தியாகவும், அப்பாவாகவும் மாறிப்போன அற்புதமான நிகழ்வு என்னுள் பல கேள்விகளுக்கு விடையைக் கொடுத்தன. அதை இந்தக் குறுநாவலை நீங்கள் வாசித்து முடிக்கும்போது தோன்றக்கூடும்.

இந்தக்கதையில் வரும் நிலா என்பவள் பத்தாயாவின் பேத்தி அல்ல; பத்தாயாவின் மகளின் மகளின் மகள். ஆக பத்தாயாவுக்கும் மகளின் மகளின் மகளுக்குமான உறவை பேசுகின்ற படைப்புதான் இந்த பத்தாயா.

இதை எழுதி முடித்த பிறகு என்ன தலைப்பு வைக்கலாம் என்று பல நாட்கள் யோசித்து இருக்கிறேன். இந்தக் குறுநாவல் முழுக்க இருப்பது அன்புதான். அந்த அன்பின் உருவமாய் இருந்தது பத்தாயா. ஆகவே இந்த குறுநாவலுக்கு பத்தாயா என்பதுதான் சரியான தலைப்பாக இருக்கும் என்று வைத்துவிட்டேன்.

எழுதி முடித்தபிறகு நண்பன் வயலை சௌரா, நண்பன் ஜெயந்தன், தோழர் நடராஜன் செல்லம், தம்பி இலயோலா மணி, தோழர் செந்தில் வரதவேல், தோழர் தமிழ்பாலன், தோழர் தமிழ் மணி ஆகியோருக்கு அனுப்பி வைத்தேன். வாசித்துவிட்டு தங்களது கருத்துக்களை சொன்னார்கள்.

அவர்களுக்கு என்னுடைய நன்றிகள்.

இதை எழுதி முடித்தபிறகு எந்தப் பதிப்பகத்தில் வெளியிட கேட்கலாம் என்று அண்ணன் திரைப்பட இயக்குனர் வ.கீரா

அவர்களிடம் கேட்டபோது, மூன்று பதிப்பகங்களைச் சொன்னார். அதில் முதலாவதாக தொடர்புகொண்ட பதிப்பகம் 'டிஸ்கவரி புக் பேலஸ்'.

என் மீதும் என் படைப்புகள் மீதும் நம்பிக்கை கொண்டு புத்தகத்தை வெளியிட இசைவு தந்த அன்புமிகு அண்ணன் திரு மு.வேடியப்பன் அவர்களுக்கும் நண்பர் சஞ்சய் அவர்களுக்கும் என்னுடைய நன்றியும் வணக்கங்களும்.

அணிந்துரை குறித்தான பேச்சு எழுந்தபோது, யாரிடம் கொடுப்பது என்று யோசிக்கத் துவங்கிய நேரத்தில் திடீரென வந்துபோன உருவம், எழுத்தாளர், கவிஞர் முனைவர் தமிழ்மணவாளன் அவர்கள். என்மீதும் என் குடும்பத்தின் மீதும் வைத்திருக்கும் அன்பு அளப்பரியது.

இந்தக் கதையின் மாந்தர்கள் யாவரும் இவருக்குப் பரிட்சயமானவர்கள் என்பதால், அணிந்துரை கொடுக்க இவரே சரியான ஆளுமை என்று நினைத்துக் கேட்டேன். கதையை வாசித்து, உள்வாங்கி உணர்வுப்பூர்வமாக அணிந்துரை கொடுத்திருக்கிறார். முனைவர் தமிழ்மணவாளன் அவர்களுக்கு எனது நன்றிகள்.

தொடர்ந்து என்னை ஊக்கப்படுத்திக்கொண்டிருக்கும் எனது நண்பர்களுக்கும், தோழர்களுக்கும், சமூக வலைதள நண்பர்களுக்கும் மற்றும் என்னோடு பணிபுரிந்து கொண்டிருக்கும் ஆசிரியர் நண்பர்களுக்கும், மாணவர்களுக்கும் என்னுடைய நெஞ்சார்ந்த நன்றிகள்.

எல்லாவற்றிற்கும் மேலாக முழுக்க முழுக்க கிராமத்துப் பின்னணியில் எழுதிக்கொண்டிருந்த என்னை இப்படி ஒரு வித்தியாசமான கதைக்களத்தை எழுதத்தூண்டிய எனது மகளுக்குதான் முதல் நன்றியை சொல்லவேண்டும்.

மகளுக்கு எனது முத்தங்கள்...

பிரியங்களின் ஆழத்திலிருந்து,
பிறைமதி குப்புசாமி
writerpirai@gmail.com
+91 98 4351 4251

அன்பு என்பது வேறொன்றும் இல்லை.

தான் நேசித்த ஒருவர் அருகில் இல்லாத போது மனதில் வார்த்தைகளற்று உண்டாகும் ஒருவிதமான வெறுமையால், கண்கள் வழியாக கண்ணீராக வருமே, அதுதான் அன்பு.

அதற்கு இன்னொரு பெயரும் இருக்கிறது, பத்தாயா.

- 1 -

பத்தாயா இறந்து விட்டாள்....

★ ★ ★

'ராமன் ஆண்டாலும் ராவணன் ஆண்டாலும் எனக்கொரு கவலையில்ல' என்ற பாடலைக் கொண்டு என் கைப்பேசி என்னை அழைத்தது. மேசைமீது இருந்த கைப்பேசியில் 'My Wife' என்று காட்டியது.

"ஹலோ.." கலக்கமான குரலில் தமிழரசி பேசினாள்.
"ம்ம்... சொல்லு" தயக்கத்துடன் நான் கேட்டேன்.
எதிர்முனையில் அழுகுரல்.

இந்த காலை இப்படியாக விடியுமென்று நான் நினைத்துக் கூட பார்க்கவில்லை. நேற்றுதான் பாட்டிக்கு உடல்நிலை மோசமாக இருப்பதாக சொல்லி, இரண்டு குழந்தைகளையும் அழைத்துக்கொண்டு அவளது அம்மாவின் வீட்டிற்கு சென்றிருந்தாள், தமிழரசி.

★ ★ ★

தாத்தாவும், பாட்டியும் மிகவும் நெருக்கமான மனிதர்களாக இருந்தார்கள் தமிழரசிக்கு. காரணம், தமிழரசியின் தாத்தா அவள் சின்ன வயதாக இருந்தபோது நிறைய செய்திருக்கிறார். அவர் ஒரு ஓட்டுநர் என்பதாலும், அடிக்கடி வீட்டிற்கு வரமுடியாத சூழல் இருப்பதாலும் தனது பேத்தியை போகின்ற வருகின்ற இடங்களில் காணுகின்ற போதெல்லாம் ஐந்தோ பத்தோ கொடுத்து 'ஏதாவது வாங்கி சாப்பிடு' என்று சொல்லுவது வழக்கம். தமிழரசி தனது தாத்தாவிற்கு மிகவும் பிடித்தமானவள். எப்போதும் அன்பாகவே இருப்பார், அவளது தாத்தா. அப்படியாக தாத்தாவிற்கு மிகவும் நெருக்கமானவராக இருந்தார் தமிழரசி.

நானும், தமிழரசியும் காதலித்துக் கொண்டிருந்த போது, ஒருமுறை அவளது தாத்தா – பாட்டி வீட்டிற்கு சென்றோம்.

ஒரு அழகான கீற்று கொட்டகை. குனிந்துதான் செல்ல வேண்டும். சாணி போட்டு மெழுகிய மண்தரை. சென்னை

மாதிரியான பெருநகரங்களில் இதுமாதிரியான கீற்றுக் கொட்டகை இருக்கின்ற வீட்டை காண்பது அரிது. அந்த கீற்றுக் கொட்டகைக்குள் எங்களது வீட்டின் வாசம் இருந்தது. எங்கள் வீட்டைப்போலவே அங்கும் பொருட்கள் கீற்றினுள் சொருகி வைக்கப்பட்டிருந்தது. ஆங்காங்கே தலைமயிர்கள் சுருட்டி வைக்கப்பட்டிருந்தது. தலைவாறும் சீப்பு கூரையின் உள்ளே சொருகி இருந்தது. நன்கு வேயப்பட்ட கூரை அது. ஓட்டைகள் எதுவும் தெரியவில்லை.

தமிழரசியின் தாத்தா கட்டிலில் படுத்திருந்தார், வயது முதிர்வின் காரணமாக படுத்த படுக்கையில் கிடத்தி வைக்கப்பட்டிருந்தார். கிளம்பும்போதே கேட்டேன், 'உங்க தாத்தாவிற்கு என்ன பிடிக்கும்..?' என்று. அதற்கு அவள் சொன்ன பதில் எனக்கொன்றும் ஆச்சரியத்தை கொடுக்கவில்லை. அவள் சொன்னாள், 'எங்க தாத்தாவுக்கு சரக்குதான் பிடிக்கும்' என்று. ஆகவே ஒரு குவாட்டர் பாட்டில் வாங்கி அவளது கைப்பையில் திணித்திருந்தேன்.

தமிழரசி அவருக்கு அருகில் சென்று தனது கைப்பையில் வைத்திருந்த அந்த குவாட்டர் பாட்டிலை எடுத்து அவருக்கு கொடுத்தாள். படுத்திருந்த மனிதன் கடகடவென எழுந்து பாட்டிலின் அடிப்பாகத்திலும் மூடியின் மேலும், கீழுமாக இரண்டு தட்டு தட்டி, ஒரு திருகு திருகி ஒரே மூச்சில் குடித்து, பாட்டிலை கீழே வைத்தார். தண்ணீர்கூட கலக்கவில்லை என்பது பிறகுதான் தெரிந்தது.

"தம்பி" படுத்துக்கொண்டே என்னை நோக்கி அழைத்தார்.

"ம்ம்... சொல்லுங்க தாத்தா" என்றேன் நான்.

"நீயும் என் பேரன்தான். புள்ள ஒன்ன கல்யாணம் பண்ணிக்க ஆசப்படுதுன்னு கேள்விப்பட்டன் தம்பி."

தனது தழுதழுத்த குரலில் வார்த்தைகள் எனக்கு புரிய வேண்டும் என்பதற்காக வார்த்தைக்கு வார்த்தை இடைவெளிவிட்டு பேசினார். பேசி முடித்ததும் அவருக்கு மூச்சு வாங்கியது.

"ஆமாங்க தாத்தா. அதெல்லாம் ஒன்னும் கவலப் படாதீங்க. நான் நல்லாவே பாத்துப்பேன்."

அவரது வலது கையில் அவர் முருக பக்தர் என்பதற்கான குறியீடாக ஒரு வேல், பச்சை குத்தப்பட்டிருந்தது.

அவரது கையை தூக்கி எனக்கு காண்பித்தார். அதாவது நானும் உன் மதம்தான் என்பதனை குறியீடாக காண்பிக்கிறார் என்று புரிந்துகொண்டேன். எனக்கு சிரிப்பு வந்தது. ஆனால் காட்டிக்கொள்ளவில்லை. மதமாக பார்த்தால் நான் ஏன் தமிழரசியை காதலித்திருக்க வேண்டும் என்று மனதுக்குள் நினைத்துக் கொண்டேன். ஆனால் தாத்தாவிடம் எதுவும் சொல்லிக்கொள்ளவில்லை. பேசுகின்ற பேச்சிலேயே அவரின் அன்பு எனக்கு தெரிந்தது. அற்புதமான மனிதராக இருந்தார்.

தமிழரசியின், அப்பா ஒரு கிருஸ்துவர். அவரை திருமணம் செய்துகொண்ட பிறகு, சரியாக தமிழரசி பிறந்த சில நாட்களில் அவளது அம்மா, தானும் கிருஸ்துவராக மாறுகிறேன் என்று, அதற்கு உண்டான சம்பிரதாயங்களின்படி தன்னை கிருஸ்துவராக மாற்றிக்கொண்ட பிறகு, தமிழரசியின் அம்மா உட்பட முழு குடும்பமும் கிருஸ்துவராக மாறி விட்டிருந்தார்கள்.

அதற்குள் கடைக்கு சென்று, பால் பாக்கெட் வாங்கி வந்து காப்பி போட துவங்கி இருந்தாள், தமிழரசியின் பாட்டி பத்மா.

“தம்பி... மொறப்படி வந்து பொண்ணு கேட்டு, கண்ணாலம் பண்ணிக்கோங்க தம்பி. எல்லாரும் பண்ணுறது போல ஓடி கீடி போயி...” என்று சொல்லும்போது, பால் பொங்கி கீழே வழிய துவங்கிவிட்டது. பேச்சை பாதியில் நிறுத்திவிட்டு, மண்ணெண்ணெய் ஸ்டவ்வின் தணலை குறைத்தாள்.

தான் வாங்கி வந்த புரூ காப்பித் தூளை கொட்டி, காப்பி செய்து ஆளுக்கொரு டம்ளரில் கொடுத்தாள், பத்துமா பாட்டி. நானும், தமிழரசியும் மெதுவாக குடித்துவிட்டு கிளம்ப தயாரானோம்.

”இருங்க... அதுக்குள்ள எங்க கிளம்பிட்டீங்க. காலையில வாங்கி வச்ச மீனு இன்னும் சமைக்கல. இனிமேதான் சமைக்கணும். ந்தா... கொஞ்ச நேரத்துல சமைச்சிடுவேன். கொழம்பும் வச்சிடுவேன் தம்பி. கொஞ்ச நேரம் இருங்க. சாப்ட்டே போயிடலாம்” என்றாள், பத்மா பாட்டி.

“இல்லைங்க பாட்டி. நான் திருவேற்காடு போகணும், லேட் ஆகிடும். இன்னொரு நாள் கண்டிப்பா வந்து சாப்ட்டு போறேன். எதுவும் தப்பா நினைக்காதீங்க” என்று சொல்லிவிட்டு கிளம்பினோம்.

தமிழரசி தனது கைப்பையில் கையை விட்டு ஒரு ஐம்பது ரூபாய் தாளை எடுத்து பாட்டியின் கையில் கொடுத்தாள். பாட்டி

வாங்கவேயில்லை. அதை அப்படியே தாத்தாவிடம் கொடுத்தாள். அவர் வாங்கி தனது தலையனைக்கு கீழே வைத்துக்கொண்டார்.

இருவரிடமும் சொல்லிவிட்டு அங்கிருந்து கிளம்பினோம். வீட்டு வாசல் வரை வந்து எங்களை வழியனுப்பினார், பத்மா பாட்டி.

வாழ்கையின் கடைசி அத்தியாத்தை கடினப்பட்டு நிரப்பிக்கொண்டிருந்தார் தாத்தா...

மீதி பக்கத்தை, அவர் நிரப்பிய கடைசி அத்தியாயத்திலிருந்து துவங்கவிருக்கிறோம் என்று தெரிந்தே, அந்த இடத்தை நோக்கி நகர்ந்து கொண்டிருந்தாள், பத்மா பாட்டி.

- 2 -

“சொல்லு”

“ஆயா இறந்துடுச்சு”

கொஞ்ச நேரம் எனக்குப் பேச்சே வரவில்லை. சாகக்கூடிய வயதென்றெல்லாம் சொல்ல முடியாது. இன்னும் ஐந்து வருடமோ அல்லது அதற்கும் மேலாகக்கூட பத்தாயாவால் வாழ்ந்திருக்க முடியும். எப்படி இந்த திடீர் சாவு என்பதை, நினைத்துப் பார்த்தால் என்னால் ஜீரணிக்க முடியவில்லை. ஆனால் இன்னும் கொஞ்ச காலம் இருந்திருக்கலாம்.

★★★

நேற்று வேலை முடிந்து அலுவலகத்தை விட்டு கிளம்பும்போது சரியாக மணி இரவு ஒன்பது ஐம்பது. பைக்கை எடுத்து கொஞ்ச தூரம் சென்றதுமே பின்பக்க டயர் ஒய்யாரமாக ஆடத் துவங்கியது. எனக்கு புரிந்துவிட்டது... பஞ்சர் கடையை நோக்கி தள்ளிக்கொண்டே சென்றேன். எங்கும் கடைகள் இல்லை.

பக்கத்தில் ஒரு *IT* கம்பெனி, அதில் இரவு நேர செக்கியூரிட்டியிடம், விசயத்தைச் சொன்னேன். அவர் வடநாட்டுக்காரர் என்பதால் அவர் பேசிய தமிழ் எனக்குப் புரியவில்லை. ஆனால் எப்படியோ புரிந்துகொண்டு அவர் சொன்ன அடையாளங்களை வைத்து, வண்டியை மெதுவாக அந்த இடத்திற்கு தள்ளிக்கொண்டு சென்றேன். அந்த கடை மூடியிருந்தது.

பஞ்சர் கடைக்குப் பக்கத்தில் ஒரு ஜவுளிக்கடை. அப்போதுதான் மூடிக்கொண்டு இருந்தார்கள் என்பதற்கான அடையாளமாக ஒவ்வொரு விளக்கும் அணைக்கப்பட்டுக் கொண்டிருந்தது.

வாசலில் தனது உடையை மாற்றிக்கொண்டிருந்தார் ஒரு செக்யூரிட்டி. அவரிடம் சென்றேன்.

“சார்... வணக்கம்.“

“சொல்லு நைனா.. இன்னா வோணும்..”

“வேலை முடிஞ்சு வந்தேன். பைக்கு பஞ்சர் ஆயிடுச்சு.

கடையும் எங்கயும் இல்ல. வண்டிய இங்க விட்டுப் போகலாமான்னு....”

“ன்னா நைனா இப்டி சொல்ட்ட. வுட்டு போ... நா காத்தால நாஸ்தா தின்னுட்டு அப்பறமாத்தான் வர்வென். இப்ப ஒரத்தன் வர்வான். அவனாண்ட சொல்லிட்டு போறன். நாளைக்கு காலையில வா நைனா, நீ... தோ, அந்த செவுத்தாண்டயே அன்ச்சா போல உடு நைனா..”

பக்கத்தில் இருக்கும் ஒரு சந்தை காட்டி, அதில் சாய்த்து விடுமாறு கைகாட்டினார். மெதுவாக வண்டியை தள்ளிக்கொண்டு போய், அணைத்தவாறு வண்டியை நிறுத்திவிட்டு, அவரிடம் ஐம்பது ரூபாய் பணத்தை கொடுத்தேன்.

“எனக்கு ஏ நைனா.. இப்போ சாமுவேல்னு ஒர்த்தன் வருவான். அவங் கைல கொடு. அவன்தான் ராப்பூறா இருப்பான். கொஞ்ச நேரத்துல வர்வான்.”

“இல்ல சார், நேரமாச்சு. நான் இப்போ கிளம்பினாதான், சீக்கிரமா வீட்டுக்கு போய்ச் சேர முடியும்”

“சரி நைனா எங்கயிலையே பணத்த கொடு, அவனாண்ட கொத்துட்டு சொல்லிட்டே போறேன்.”

★★★

எங்கள் ஊரிலெல்லாம் தொண்ணூறு வயதுக்கும் மேலுள்ள கிழவிகளெல்லாம் இன்னும் வாழ்ந்துகொண்டுதான் இருக்கிறார்கள். ஊர் சண்டை இழுப்பது முதல், திருவிழா காலங்களில் முறைப்பையன்மீது மஞ்சள் தண்ணி ஊற்றும் நேரங்களில், தன் வயதுக்கு ஏற்ற, மாமன் - மச்சான் முறையுள்ள கிழவர்களை நோக்கி மஞ்சள் தண்ணீர் ஊற்றி விளையாடுவது வரை சிரிப்பான அழகான சம்பவங்கள் நடந்து கொண்டுதான் இருக்கிறது. அப்படி இருக்க, எண்பது வயதைக்கூட நெருங்காத தமிழரசியின் பாட்டி இறந்துவிட்டாள் என்று சொன்னதை, என்னால் நம்ப முடியவில்லை, ஏற்கவும் முடியவில்லை.

காதலித்துக் கொண்டிருந்தபோது, ‘உங்கள் ஃபேமிலி ஃபோட்டோ அனுப்பு’ என்று கேட்டிருந்தேன். அப்போது ஒரு புகைப்படத்தை அனுப்பினாள், தமிழரசி. அதில் தமிழரசி, அவளின் அம்மா மற்றும் பத்மா பாட்டி இருந்தார்கள்.

காலங்கள் செல்லச்செல்ல. எங்களுக்கு திருமணமாகிய நாள் முதல், இந்த ஆறு வருடங்களுக்குப் பிறகும்கூட, அந்த புகைப்படத்தில் இருந்தது போலவேதான் இப்போதும் இருக்கிறாள், பத்மா பாட்டி. ஆனால், அவளது அம்மாவோ, தமிழரசியோ அப்படி இல்லை. உடலளவில் நிறைய மாற்றம் அடைந்திருக்கிறார்கள். உணவுமுறைகள் துவங்கி, நேரத்திற்கு சாப்பிட்டு, நேரத்திற்கு உறங்கும் பழக்கமுள்ள அந்த பாட்டி அவ்வளவு, சீக்கிரம் இறக்க வாய்ப்பே இல்லையென்றுதான் என்னைப்போலவே யாவரும் நினைப்பார்கள்.

அதே போலவே, நான் பார்த்தவரையில் பகல் நேரங்களில் தூங்கிக்கொண்டோ, ஓய்வெடுத்துக்கொண்டோ பத்மா பாட்டி இருந்ததை நான் பார்த்ததில்லை.

தமிழரசி அப்படிச் சொன்னதும், உடனே கிளம்ப நினைக்கும் போதுதான் நேற்று பைக்கை ஒரு சின்ன ஜவுளிக்கடை அருகில் விட்டு வந்த செய்தி நங்கென்று மண்டையில் இறங்கியது.

கொஞ்சம் மூச்சு வாங்கியது, நிறுத்திய உடன்,

"உண்மையாத்தான் சொல்றியா தமிழ்."

"ஆமா..."

காற்றை உள்ளே இழுத்துவிடும் சத்தம் கேட்டது. அவள் அழுதுக் கொண்டிருக்கிறாள் என்று தெரிந்து கொண்டேன்.

அவளிடம் எதுவும் சொல்லாமல், அழைப்பைத் துண்டித்து, குளித்து முடித்து பஞ்சர் ஒட்டிவிட்டு, அங்கிருந்து செல்லத் திட்டமிட்டிருந்தேன்.

- 3 -

எத்தனையோ நாட்களில், பத்மா பாட்டியின் பேச்சு துணைக்கு ஆட்கள்கூட இல்லாமல் தனியாக இருந்திருக்கிறாள்.

ஏதாவது குடும்ப நிகழ்ச்சிகளுக்கு செல்ல வேண்டுமானால், பத்மா பாட்டியை வீட்டிலேயே விட்டு செல்வதுதான் வழக்கம். வயது முதிர்வு, நிறைய நேரம் நிற்க முடியாது, நிறைய தூரம் நடக்க முடியாது என்பதால், அந்த அவஸ்தையை தாங்குவதற்கு பதிலாக வீட்டிலேயே விட்டுவிட்டுச் செல்வது எவ்வளவோ மேல் என்று, பத்மா பாட்டியை வீட்டினுள் இருக்கச் சொல்லிவிட்டு வருவார்கள். பயமில்லாமல் அவ்வளவு பத்திரமாக இருப்பாள், பத்மா பாட்டி.

பத்மா பாட்டியால், டி.வி.யை போடத் தெரியும். அவர்கள் சமைத்து வைத்திருக்கும் இடத்திற்கு சென்று சாப்பாட்டை எடுத்து வந்து சாப்பிடவும் தெரியும். கொஞ்சமாக கண்ணு தெரியாது. அவ்வப்போது எங்காவது இடித்துக்கொள்வாள். கீழே கிடக்கின்ற பொருட்கள்மீது காலை வைத்துவிட்டு திட்டுவாள். மற்றபடி, எல்லா வேலைகளையும் பத்மா பாட்டியால் செய்ய முடியும்.

சுத்தமாக பாத்திரம் கழுவி அடுக்கி வைப்பது, வீட்டை பெருக்குவது என்று தன்னால் முடிந்த வேலைகளை செய்யாமல் இருக்க மாட்டாள். வயதான காலத்தில் இதெல்லாம் தேவையா என்று திட்டினால்கூட அதை கவனிக்கவே மாட்டாள்.

ஒருமுறை நான், தமிழரசி, மாமனார், மாமியார், மச்சான், மச்சினிச்சி மற்றும் பத்மா பாட்டி உட்பட எல்லோருமாக பெசன்ட் நகர் பீச்சுக்கு சென்றோம். மிகவும் ஆசையோடு கேட்டாள், பத்மா பாட்டி. ‘முடியாது’ என்றாள், தமிழரசியின் அம்மா. அதாவது பத்மா பாட்டியின் மகள். ஆனால் சண்டை போட்டுக் கிளம்பி எங்களோடு வந்தாள், பத்மா பாட்டி.

நீண்ட பயணம் என்பதாலும், அங்கிருந்து நடக்க முடியாமல் போய், இடுப்பை பிடித்துக் கொண்டு பாதியிலேயே நின்றுவிட்டாள்.

பீச்சில் நாங்களெல்லாம் குளித்துக்கொண்டு இருக்கின்றபோது பத்மா பாட்டியும், அவரது மகளான தமிழரசியின் அம்மாவும் அந்த

கடற்கரை மணலில் அமர்ந்து கொண்டு வேடிக்கை பார்த்தார்கள். பத்மா பாட்டியின் மடியில் இருப்பது எனது பெரிய மகள் நிலா. நிலாவை தண்ணீருக்கு அனுப்பாமல் பார்த்துக்கொள்ள வேண்டிய வேலை பத்மா பாட்டிக்கு கொடுக்கப்பட்டிருந்தது. அதனால் நிலாவை பத்மா பாட்டி மடியோடு அமர்த்தி அணைத்துக் கொண்டிருந்தாள். சிறிது நேரத்தில் நான் பத்மா பாட்டியிடம் இருந்து, எனது மகளை வாங்கி கழுத்தில் தூக்கிக்கொண்டு அலையைப் பார்த்தபடி நடந்து கொண்டிருந்தேன். நிலாவுக்கு மகிழ்ச்சி அளவற்று பீறிட்டுக் கிளம்பியது. என் தலைமுடியை பிய்த்து எறிந்தாள். அது பஞ்சைப் போல காற்றில் பறந்தது. ஓவென கத்தினாள். கீழே இறக்க வேண்டும் என்று தனது கால்களால் எனது நெஞ்சில் உதைத்துக்கொண்டே இருந்தாள். மெதுவாக முட்டி போட்டு அமர்ந்து அவளை இறக்கி, கடலலையில் கால்களை நனைத்தேன்.

அலை வரும்போது அவளை தூக்கிக் கொள்வதும், அலை போன பிறகு அந்த தண்ணீரில் அவளது கால்களை நனைப்பதும் என அவளுடன் விளையாடிக் கொண்டிருந்தேன். இதை பார்த்துக் கொண்டிருந்த பத்மா பாட்டிக்கு, 'தானும் கடலலையில் கால் வைக்க வேண்டும்' என்று விரும்பினாள்.

அருகில் இருந்த தமிழரசியின் அம்மா பத்மா பாட்டியிடம், 'நீயும் போ' என்று கைநீட்டினாள்.

பத்மா பாட்டி வருவதை பார்த்த எனது மகள் நிலா அடித்துப் பிடித்துக் கொண்டு பத்மா பாட்டியிடம் ஓடினாள். நான் அதற்குப் பிறகு அங்கிருந்து நகர்ந்து, மற்றவர்களுடன் இணைந்து தண்ணீருக்குள் இறங்குவதும், அலை வந்தால் எகிறி குதிப்பதுமாக விளையாடத் துவங்கிவிட்டேன்.

மகளும், பத்மா பாட்டியும் தனியாக அந்த அலையில் விளையாடிக் கொண்டிருந்தார்கள்.

பத்மா பாட்டியால் ஓட முடியாது. ஆனால் நிலா ஓடச் சொல்கிறாள் போல. பத்மா பாட்டியும் உடம்பில் உள்ள சக்தியை எல்லாம் ஒன்று திரட்டி ஆடியாடி ஓடுகிறாள். பின்னாலேயே நிலா துரத்திப் பிடிக்க ஓடுகிறாள். மறுபடியும் நிலா ஓடுகிறாள், அவளை துரத்திப் பிடிக்க பத்மா பாட்டி ஓடுகிறாள். திடீரென்று இருவரும் அமர்ந்து மணலை தோண்டுகிறார்கள். அதில் பொங்கி வருகின்ற தண்ணீரை எடுத்து இருவரும் முகத்தில்

தூவிக் கொள்கிறார்கள். திடீரென்று சிப்பிகளை பொறுக்கி பத்மா பாட்டியின் மடியில் நிரப்புகிறாள், நிலா. ஒரு கையில் மடியை பிடித்துக்கொண்டு மறுகையால் சிப்பிகளை பொறுக்கிப் பொறுக்கி சேர்த்துக்கொண்டிருக்கிறாள், பத்மா பாட்டி.

சிறிது நேரத்தில் இருவரும் கைகோர்த்தபடி ஏதோ ஒரு பாடலை பாடிக்கொண்டு அமர்வதும் எழுவதுமாக இருக்கிறார்கள். அடுத்த சில நிமிடங்களில் இருவருமாக அமர்ந்து எங்களை நோக்கி கைகாட்டி ஏதேதோ பேசிக் கொண்டிருக்கிறார்கள்.

பாட்டிகளின் பேச்சுக்களை இங்கு யாரும் கேட்பதில்லை. அது என்னவோ தெரியவில்லை. பாட்டிகளுக்கும் குழந்தைகளுக்குமான உறவு என்பது தோழிகள் போலவே இருந்துவிடுகிறது. அது என் கண்களுக்கு மட்டும்தான் அப்படித் தெரிகிறதா! என்பதை அவ்வப்போது நான் சுய பரிசோதனை செய்து கொள்வதும் உண்டு. ஆம். உண்மையிலேயே குழந்தைகளுக்கும், பாட்டிகளுக்கும் இடையிலான உறவு என்பது அப்பழுக்கற்ற உறவாக, அவர்களின் பேச்சுமொழி என்பதும் உணர்வுப்பூர்வமாக, புரியும்படியாகவும் இருப்பதை என்னால் புரிந்து கொள்ள முடிகிறது. ஆனாலும் பத்மா பாட்டி என்பவள் நிலாவுக்கு கொள்ளுப்பாட்டி என்பதால்தானோ என்னவோ அந்தக் காட்சி அவ்வளவு அழகாக இருந்தது.

பத்மா பாட்டியும், நிலாவும் தூரத்தில் இருந்து பார்க்கின்றபோது அசைந்தாடும் ஓவியம்போலவே இருந்தார்கள். அதை நான் ரசிக்க தவறவேயில்லை.

- 4 -

தமிழரசி ஃபோனை துண்டித்தவுடன் அவசர அவசரமாக குளித்தேன். உடனே ஒரு ஆட்டோவைப் பிடித்து நேற்று பைக் விட்டிருந்த இடத்தை நோக்கிச் சென்றேன். வழியெல்லாம் ஒரு மெல்லிய ஓசைபோலவே பத்தாயாவின் குரல் மனசெல்லாம் நிரப்பிக் கொண்டிருந்தது. நம்ப முடியாத திடீர் இறப்பு என்பதை என்னால் ஏற்றுக்கொள்ள முடியாத பெரும் துயரமாக இருந்தது. உடனே சென்று பைக்கை பஞ்சர் ஒட்டி, அங்கிருந்து மீண்டும் கிளம்பி, மாமனார் வீட்டிற்குச் செல்ல வேண்டும். அங்குதான் பத்தாயாவை கிடத்தி வைத்திருப்பார்கள். பத்தாயாவைச் சடலமாகப் பார்க்கின்ற தைரியம் எனக்கு இல்லவே இல்லை. அதுவும் எதிர்பார்க்காதது என்பதால் என்னால் அதை ஏற்கவும் முடியவில்லை.

★ ★ ★

பத்மா பாட்டியின் கணவர் மிகவும் மோசமான நிலையில் இருந்தபோதும்கூட இதேபோலவே ஒரு அழைப்பு வந்தது. நான் வேலைக்கு கிளம்பிக் கொண்டிருந்தேன். தமிழரசி சாப்பாடு கட்டி எனது பையினுள் திணித்துக் கொண்டிருந்தாள். நான் ஃபோனை எடுத்து "ஹலோ" என்றேன்.

எதிர் முனையில் எனது மாமனார் பேசினார்: "தமிழரசியின் தாத்தாக்கு ஒடம்பு ரொம்ப முடியல, இன்னைக்கோ நாளைக்கோன்னு இருக்காரு. ஒருமுறை வந்து பார்த்துட்டு போங்க" என்று சொல்லிவிட்டு, ஃபோனை துண்டித்தார்.

தமிழரசியிடம் தகவலை சொன்னதும் கண்களெல்லாம் அவளுக்கு சிவந்துவிட்டது. அப்போது எனது மூத்த மகள் பிறந்து சரியாக எட்டு மாதங்கள் ஆகியிருந்தன. சிறிது நேரத்தில், திடீரென சாயவிருக்கும் கப்பலை நிலைநிறுத்த முனையும் ஒரு கப்பலோட்டியைப் போல தன்னை ஆசுவாசப்படுத்திக் கொண்டு,

"நீ மொதல்ல வேலைக்கு போ, நான் அப்பாவ வர வச்சு, அவரு கூடவே போயி என்னன்னு பார்த்துட்டு வரேன்."

எனது கையில் மதிய சாப்பாட்டுக் கூடையை கொடுத்து "கிளம்பு" என்றாள்..

'அவருக்கு என்ன..? படுத்த படுக்கையா இருந்தாலும் கல்லுபோல உள்ள மனுஷன், அதுக்குள்ளே போயிட போறாரா என்ன?' என்று நினைத்துக்கொண்டு வேலைக்குச் சென்றுவிட்டேன். வேலை முடிந்ததும் நேராக தமிழரசியின் தாத்தாவைப் பார்க்கச் சென்றேன். அவருக்கு எதுவும் ஆகவில்லை. முகமெல்லாம் வெளுத்து, கண்கள் சுருங்கி, கைகளை தூக்க முடியாமல் கிடந்தார்.

"தமிழரசி வீட்டுக்காரு வந்துருக்காரு அப்பா" என்றார். தமிழரசியின் அம்மா.

புதிதாக பிறந்த குழந்தை, கண்கள் சிமிட்டி பார்ப்பதைப் போல, அரை பார்வையால் என்னை பார்த்தார். நான் ஒரு புன்னகை செய்தேன். அவர் தனது கையை மெதுவாக மேலே தூக்க முயன்று, கண்களால் கையை காட்டினார். அவர் கையில் குத்தப்பட்ட வேல் குறியிட்ட பச்சையை காட்டுகிறார் என்பதை புரிந்துகொண்டேன். நான் வானத்தை நோக்கிப் பார்த்தேன். அவரும் வானத்தை நோக்கிப் பார்த்தார், ஒரு சின்ன புன்னகையை அவர்மேல் நோக்கி யாருக்கோ கொடுத்தார். ஒருவேளை அந்த முத்தம் அவரின் முருகனுக்காகக்கூட இருக்கலாம்.

மருத்துவர் ஒருவர் வந்தார். ஸ்டெதஸ்கோப் வைத்துப் பார்த்தார். தமிழரசியின் அப்பாவை அழைத்து ஏதோ சொல்லிவிட்டு அவர் கிளம்பினார். நான் எதுவும் கேட்கவில்லை. தமிழரசியை அங்கே இருக்கச் சொல்லிவிட்டு, குழந்தையுடன் சிறிது நேரம் நேரத்தை கழித்துவிட்டு, அங்கிருந்து கிளம்பினேன். எல்லோரும் அங்கேயே இருந்தார்கள்.

அடுத்த நாள் காலை எப்போதும் போல வேலைக்கு சென்றுவிட்டேன். மதியம் எனது கைப்பேசி ஒலித்தது. எடுத்து பார்த்தேன். மாமனார்தான் அழைக்கிறார். என்னவாக இருக்கும் என்பது எனக்குத் தெரிந்த ஒன்றுதான். ஆகவே, உடனே எடுத்து காதில் வைத்தேன்.

"மாமனார் இறந்துட்டார்பா" என்று தழுதழுத்த குரலில் சொன்னார்.

அலுவலகத்தில் தகவலை சொல்லிவிட்டு உடனே கிளம்பினேன். செல்லும்போதே ஒரு மாலையை வாங்கிக்கொண்டு சென்றேன். அவரது கையில் குத்தப்பட்ட அந்த பச்சை கண்முன்னால் வந்து போனது. கண்கள் கலங்கி, காற்றின் வேகத்தில் எனது காதுகளை நோக்கிச் சென்றது.

- 5 -

பத்தாயா என்னிடம் அதிகம் பேசியது இல்லை. நான் செல்லும்போது, அவள் அமர்ந்திருக்கும் இடத்தை எனக்கு கொடுத்துவிட்டுச் செல்வார். அவளுக்கு என்னிடம் பேச எதுவும் இருக்கவில்லை. நிலாவைப் பற்றி ஒருசில வார்த்தைகள் மட்டும் பேசுவாள். மகள் செய்த சேட்டைகள் பற்றிப் பேசுவாள். அப்படி சொல்லிக்கொண்டே தானும் சிரித்தும் கொள்வாள்.

அப்போது நாங்கள் பக்கத்து ஏரியாவில் இருந்தோம். நான் வேலைக்குச் சென்றதும் தமிழரசியை அவளது அப்பா, தங்களது வீட்டிற்கு அழைத்து வந்துவிடுவார். குழந்தையை வைத்துக்கொண்டு தனியாக எவ்வளவு நேரம்தான் அவளாலும் இருக்க முடியும். நான் வேலை விட்டு வந்ததும் அவளை அழைத்துக்கொண்டு எங்கள் வீட்டிற்குச் செல்வோம். அப்போது பத்மா பாட்டி நிலாவுடன் ஏதாவது பேசிக்கொண்டோ, விளையாடிக்கொண்டோ அமர்ந்திருப்பாள்.

பார்க்கும்போது, 'எப்படி இருக்கீங்க. நல்லா இருக்கீங்களா? சாப்டீங்களா? என்று ஒருசில சம்பிரதாய வார்த்தைகளுடன் அந்த உரையாடல் முற்றுப்பெறும்.

★★★

இறந்த பூத உடல் ஒரு கண்ணாடிப் பெட்டிக்குள் அடங்கியிருந்தது. கையில் வைத்திருந்த மாலையை கண்ணாடி பெட்டியின்மீது கிடத்தினேன். அதற்கு முன்னதாக போடப்பட்ட மாலை ஒன்று அதற்குக் கீழே கிடந்தது. சில மஞ்சள் சிவப்புப் பூக்கள் அவரை சுற்றி தூவப்பட்டிருந்தது. அந்த இடமெங்கும் சந்தன பத்தியின் வாசம் வீசிக்கொண்டிருந்தது.

கண்ணாடிப் பெட்டியின் ஒரு மூலையில் தமிழரசியின் அம்மா அமர்ந்து அழுது கொண்டிருந்தாள். இன்னொரு பக்கத்தில் பத்துமா பாட்டி ஏதேதோ முணுமுணுத்துக் கொண்டிருந்தாள். கணவன் இறந்துபோன முழுத் துயரமும் அந்த பாட்டியின் கண்களில் ஒரு இருட்டைப்போல சூழ்ந்திருந்தது. தனது பிள்ளைகளை நல்லபடியாக திருமணம் செய்துகொடுத்து, பிறகு யாரிடமும் கை நீட்டாமல் வாழ்ந்த பத்மா பாட்டியின் மூளையில் என்னென்ன ஓடியிருக்கும் என்பது யாருக்கு தெரியும்..?

பத்மா பாட்டியின் மகன் மற்ற வேலைகளை செய்துகொண்டிருந்தார். எனது மாமனார் சிட்டைப் போல

பறந்துகொண்டிருந்தார். தனது மாமனாருக்கு செய்ய வேண்டிய கடைசி காரியங்களை கடமையாக செய்துகொண்டிருந்தார்.

தமிழரசியின் பக்கத்தில் வந்தேன்.

“தாத்தா... தாத்தா...” என்று அவரை நோக்கி கையை நீட்டிக்கொண்டு என் மார்போடு சாய்ந்தாள். அவளது தலையை கோதிவிட்டேன். அவளுக்கு என்ன ஆறுதல் சொல்லுவது என்று எனக்கு உண்மையிலேயே தெரியவில்லை.

தமிழரசி சொல்லுவாள், “எங்க தாத்தா இருக்காரு பாரு. நான் வேலைக்குப் போற நேரம் யாருக்கு தெரியுதோ இல்லையோ எங்க தாத்தாக்கு நல்லாத் தெரியும். கரெக்ட்டா பஸ் ஸ்டாண்ட்ல நிப்பாரு. நான் அம்பது நூறு கொடுத்தாத்தான் அந்த எடுத்த விட்டு கௌம்புவாரு. அப்படி அவர காலையிலேயே பாத்தாத்தான் எனக்கும் அந்த நாள் நல்லா இருக்கும். அப்படி ஏதாவது ஒருநாள் அவர் என்ன பாக்க வரலேன்னா, அவரப் பாக்க நானே போயி பாத்துட்டுத்தான் வீட்டுக்கு வருவேன்.”

“அவ்வளவு பாசம் உம்மேல. பேத்தின்னா சும்மாவா.. அதுவும் பணக்கார பேத்தி வேற...” என்பேன்.

திட்டிக்கொண்டே சொல்லுவாள்: “அப்படி இல்லைங்க. அந்த பணம் அவரு குடிக்கிறதுக்கு. அவருக்கு என்ன எவ்வளவு பிடிக்கும்னு தெரியாது. எனக்கு அவர எங்க அப்பா - அம்மாவை விட அதிகமாப் புடிக்கும். அவரு வேலைக்கு போன நேரத்துல, நான் கேக்குலன்னாகூட அம்பது நூறுன்னு கொடுத்துட்டு, கையில ஏதாவது திங்கிறதுக்கு கொடுத்துட்டுதான் போவாரு. நான் பள்ளிக்கூடம் போனப்பலாம், எங்க தாத்தா கொடுத்த காசுதான் அதிகம். அப்ப அவர் கொடுத்த அம்பது நூறு இன்னைய காசுக்கு ரெண்டு மூனு மடங்கா இருக்கும். ஆனா நான் பாரு, நான் வேலைக்குப் போற காலத்துலகூட அதே அம்பது நூறுதான் கொடுக்குறேன்.”

“ஆனா உன்கிட்ட நான் பணம் கேட்டா மட்டும் ஆயிரம் கணக்கு கேப்ப பாரு...” என்றெல்லாம் கிண்டல் செய்வேன் அவளை.

உலகத்திலேயே மிகவும் பிடித்த ஒரு மனிதர் தனக்கு முன்னால் மூச்சில்லாமல் சடலமாகக் கிடப்பதை பார்ப்பது என்பது கண்டிப்பாக தமிழரசியால் முடியவே முடிந்திருக்காது என்பது எனக்கு நன்றாகவே தெரிந்திருந்தது.

எனது மகளை நான் வாங்கிக் கொண்டேன். மெல்லமாக

நகர்ந்து கொஞ்சம் தூரமாக வந்துவிட்டேன். இன்னமும்கூட பத்மா பாட்டி தனது புலம்பலை நிறுத்தவே இல்லை.

மதிய நேரம். இந்து முறைப்படியும், அவரது விருப்பப்படியும் கடைசி நேரத்து நடைமுறைகளை செய்யத் துவங்கினார்கள். ஒவ்வொரு வேலையாக இறுதி வேலைகள் முடிந்தன. ஒரு ஊர்தி வந்தது. அந்த ஊர்தியில் பெட்டியை வைத்து சுடுகாட்டை நோக்கி செல்லத் துவங்கினார்கள். அழுது புரண்டார்கள் எல்லோரும். பத்துமா பாட்டி மூர்ச்சையாகிப் போனாள். எனது மாமியார் சத்தம் போட்டு அழுதுகொண்டிருந்தாள். தமிழரசி கண்கள் முழுக்க கண்ணீரை சுமந்துகொண்டு, தனது புடவையை கடித்துக்கொண்டு, ஒரு கையில் மகளை வைத்துக்கொண்டு, உலகத்திலேயே தனக்குப் பிடித்த ஒரு மனிதனின் கடைசி பயணத்தை பார்த்துக்கொண்டிருந்தாள்.

அடக்கம் செய்துவிட்டு, எல்லா நடைமுறைகளையும் முடித்துக்கொண்டு மறுபடியும் வீட்டிற்கு வந்தோம். ஒரு மூலையில் பத்மா பாட்டி சுருண்டு கிடந்தாள். அவளை சூழ்ந்து அவளது மகளும் தமிழரசியும் அமர்ந்து அழுதுகொண்டிருந்தார்கள். இப்போதும் பத்மா பாட்டி ஏதோ புலம்பிக்கொண்டிடிருந்தாள். அது சரியாக யாருக்கும் கேட்கவில்லை.

- 6 -

சில நேரங்களில் மாமனார் வீட்டில் தங்க நேரிடும். எல்லோரும் ஒரு ரூமிலும், நான், மாமனார் மற்றும் பத்மா பாட்டி என மூவரும் ஹாலிலும் தூங்குவோம். அப்போதுகூட நானும் மாமனாரும் ஏதாவது பேசிக்கொண்டிருப்போமே தவிர மறந்தும் கூட என்னிடம் ஒரு வார்த்தைக்கூட பேச மாட்டாள், பத்மா பாட்டி. ஏன், என் மாமனாரிடமும் எதுவும் பேசமாட்டாள். என் மாமனார்தான் அவ்வப்போது ஏதாவது சொல்லிக் கிண்டலடிப்பார். இப்படியான சம்பவங்களை பல நாட்களில் கவனித்திருக்கிறேன்.

சரியாக காலை ஐந்து மணிக்கு எழுந்து ஜெபம் செய்வாள். பத்மா பாட்டி. தமிழரசியின் தாத்தா இந்து என்பது தெரியும். ஆனால் அந்தக் காலத்தில் எப்படி கலப்புத் திருமணம் நடந்திருக்கும் என்கிற சந்தேகம் வந்தது எனக்கு.

ஒருமுறை பத்மா பாட்டியிடம் பேசும் நேரம் கிடைத்தது. அது ஒரு ஞாயிற்றுக்கிழமையின் மதிய நேரம். எல்லோரும் தேவாலயத்திற்கு சென்று திரும்பியிருந்தார்கள். தமிழரசி சமையல் செய்துக் கொண்டிருந்தாள். தமிழரசியின் தங்கை மற்றும் அம்மா என ஏதோ பேசிக்கொண்டு உள் அறையில் இருந்தார்கள். ஆகவே நான் ஹாலுக்கு வந்து அமர்ந்தேன். எனது மகள் பத்மா பாட்டியின் மடியில் இருந்தாள்.

"நீங்க பிறக்கும்போதே கிருஸ்துவரா? இல்ல, இப்போ மாறுனீங்களா..?" என்று சட்டென்று கேட்டுவிட்டேன்.

சடாரென என்னைப் பார்த்தவர். ஒரு புன்னகையை கொடுத்து மகளை நெஞ்சில் போட்டு ஆட்டிக்கொண்டே இருந்தாள்.

"இல்ல. காலையில அஞ்சு மணிக்கெல்லாம் அவ்ளோ அக்கறையா, பொறுப்பா ப்ரேயர் பண்றீங்களே. அதான் கேட்டேன்" என்றேன் நான்.

"எம் மொவன் ட்ரைவர்னு உனக்கு தெரியும்தானே தம்பி..."

"ஆமா..."

"என் மகள, அதான் உம்மாமியார கல்யாணம் பண்ணி கொடுத்தப்ப நானும் இந்துதான். தமிழரசி பொறந்த பிறகுதான்

என் மக கிறிஸ்டினா மாறிட்டா, அப்பகூட நான் இந்துதான். இந்த விசயம்லாம் உனக்கு தெரியும்தானே."

"ஆமாம். ஆனா அப்பறம் எப்பன்னு கேக்குறேன்.." ஆர்வத்தில் படாரென்று கேட்டுவிட்டேன்.

"சொல்றத கேளு..." என்று என் முகத்தைப் பார்த்தவாறு, அடுத்த வார்த்தையை பேசத் துவங்கினாள்.

"ம்ம்... சரி, சொல்லுங்க..." நான்.

"அவன் ஆட்டோ ஓட்டுரான்ல. அதனால அவனுக்கு உடம்பு சூடாயிடுச்சி, உடம்பெல்லாம் கொப்புளம். கோயில் கோயிலா கூட்டினு போனேன். என் மக சொன்னா, சர்ச்சுக்கு கூட்டிட்டு வான்னு. அப்ப எம் மக கிறிஸ்டினா மாறிட்டா. விசயத்த சொன்னதும் என் புருஷன் திட்டினாரு. பரவால்லன்னு நெனச்சுக்கிட்டு சர்ச்சுக்கு கூட்டினு போனேன். ப்ரேயர் பண்ணினாங்க. எண்ணெய் தடவினாங்க. வாராவாரம் போனேன். ஒரே மாசத்துல சரியாயிடுச்சி. அதுக்கோசரம் கிறிஸ்டினா மாறிட்டேன்."

"இதெல்லாம் ஒரு காரணமா..."

"அப்பறம் என்னாப்பா. என் மகனுக்கு உசுர குடுத்த சாமிய நம்பாம இருக்க முடியுமா? அப்போல்லாம் நெறய நகை போட்டிருந்தேன். என் மகனுக்கு சரியான பிறகு எல்லாத்தையும் கழட்டிட்டேன்."

ஆனால் இப்படி பாசமான மகனை விட்டுத்தான் பிரிந்து வந்திருந்தாள், பத்மா பாட்டி. தாத்தா இறந்து அடக்கம் செய்த அதே நாளில், மகன் தனது வீட்டிற்கு அழைக்க, எனது மாமனார் வம்படியாக தன்னுடன் அழைத்து வந்து விட்டார். பத்மா பாட்டிக்கும் கடைசி காலத்தில் மகளுடன் இருப்பதை மிகவும் விரும்பினாள் என்பது பிறகுதான் புரிந்து கொண்டேன்.

தமிழரசியும் மிகவும் பாசமோடு இருப்பாள். பத்மா பாட்டிக்கு என்ன வேண்டும் என்று கேட்டுத்தான் செய்து கொடுப்பாள். எனது மாமனாரும் அப்படித்தான், எது வேண்டும் என்று கேட்டு கேட்டு செய்வார். பாத்திரம் கழுவி வைக்க முந்திக்கொண்டு போகும் பத்மா பாட்டியை இடைமறித்து, 'நான் கழுவி வைக்கிறேன். நீங்கள் கம்முனு குந்துங்க' என்று சொல்லிவிட்டு, அவரே போய் பாத்திரம் கழுவி வைத்த காட்சிகளை எல்லாம் கண்கூடாக பார்த்திருக்கிறேன்.

எப்போதாவது நான் தோசை சுட நேரிடும். முதன்முறையாக நான் பத்மா பாட்டிக்கு தோசை சுட்டுக் கொடுத்த நாட்கள் மறக்க முடியாதவை. நான் எப்போதும் போல சுட்டுக் கொடுத்தேன். தமிழரசி அந்த தோசையை திரும்ப வந்து என்னிடம் கொடுத்தாள். என்னவென்று கேட்டதற்கு அவள் சொன்ன பதிலில் நான் திக்கென்று நின்றேன்.

"இந்த தோசைல பின்பக்கம் கொஞ்சம் கருத்துடுச்சி, அது கருகாம கொடுப்பியாமாம்."

'அடப்பாவமே! நானெல்லாம் இப்படி கருகினாப் போலதானே சாப்பிடுவேன்' என்று நினைத்துக்கொண்டு, மீண்டும் செய்துக் கொடுத்திருக்கிறேன்.

★ ★ ★

வரும் வழியில் திடீரென ஒரு யோசனை வந்தது. பத்தாயா இறந்த செய்தியை எங்கள் வீட்டிற்கு சொல்லியிருப்பார்களா என்ற சந்தேகம் அது. மாமனாரிடம் கேட்டு தெரிந்துகொள்வதைவிட நேரிடையாக எங்கள் வீட்டிற்கே அழைத்து கேட்பதுதான் சரியாக பட்டது. வண்டியை ஓரம் கட்டினேன். ரோட்டோரமாக இருந்த இரு மரத்தின் நிழலில் வண்டியை நிறுத்தினேன். அம்மாவின் கைப்பேசி எண்ணை தேடி எடுத்து டயல் செய்தேன்.

"அம்மா..." எதிர் முனையில் அம்மா எடுத்திருந்தார்.

"சொல்லுப்பா..."

"தமிழரசி அப்பா ஏதாவது ஃபோன் பண்ணினாரா."

"இல்லப்பா. என்னா விசியம்..?"

"ஒண்ணுமில்ல.. தமிழரசியோட பாட்டி இருக்காங்கல்ல..."

"ஆமா."

"அவங்க இறந்துட்டாங்கம்மா..."

"ஐயோ.. சொல்லவே இல்லையப்பா. நல்ல கெழவியாச்சே. வரும் போதெல்லாம் பாசமா பேசுமேப்பா.."

நான் எதுவும் சொல்லவில்லை. அமைதியாகவே இருந்தேன்.

"எப்போ எடுப்பாங்கன்னு தெரியுமா..?"

"தெரியாதும்மா. அங்க போயிட்டு கேட்டுச் சொல்றேன்."

"நீ இப்ப அங்க இல்லையா... நீ எங்க இருக்க இப்போ..?

நேற்று நடந்த சம்பவத்தை சொல்லி முடித்தேன்.

“எப்பா... எப்போ எடுப்பாங்கன்னு கேட்டுச் சொல்லுப்பா, கெளம்பி வந்து பாக்குறோம். பாவம் நல்ல கெழவி.”

“சரிம்மா. வைக்கிறேன்...”

அழைப்பு துண்டிக்கப்பட்டது.

- 7 -

அம்மாவிடம் பேசிவிட்டு வண்டியை எடுத்துச்சென்று கொண்டிருந்தேன். நிறைய பாட்டிகள் என்னை கடந்து சென்றார்கள். இன்றைக்கு மட்டும் இவ்வளவு பாட்டிகள் என்முன்னால் வருகிறார்களே என்னவாக இருக்குமென்ற கேள்வியுடன் போய்க்கொண்டே இருந்தேன்.

பத்தாயா போலவே பல பாட்டிகளை எனக்குத் தெரியும். அதில் இரண்டு பாட்டிகள் மிக முக்கியமானவர்கள். இப்போது உள்ள காலத்திலிருந்து ஒரு கால் நூற்றாண்டு பின்னோக்கிச் சென்று என் பால்யத்தில் நிற்கிறேன்.

பட்டம்மா என்ற பாட்டிக்கு வயது, எண்பதுக்கு மேல் இருக்கும். மிகவும் முடியாத சூழலில் அவரை மாட்டுத்தொழுவத்தில் கிடத்தி இருந்தார்கள். இரண்டு மருமகள்களும் அந்தப் பாட்டியை கவனிப்பதே கிடையாது. மாலையில் விவசாயக் கூலி வேலைக்கு சென்று திரும்பி வரும் இரண்டு மகன்கள்தான் அந்த பாட்டியை சேரில் அமர வைத்து குளிப்பாட்டி அந்த இடத்தை சுத்தம் செய்து, பாயைக் கழுவி காய வைத்து விட்டு, ஏற்கனவே காய்ந்து கொண்டிருக்கும் பாயை எடுத்து மாட்டுத்தொழுவத்தில் போட்டு அவளைப் படுக்க வைத்து, போர்வையால் போர்த்தி விடுவார்கள். இதை நாங்கள் பால்வாடி செல்லும் காலங்களில் பார்த்து வந்திருக்கிறோம். அந்த பாட்டி மிகவும் மோசமான நிலைக்கு தள்ளப்பட்டு இருந்தாள். மலத்தை அங்கேயே கழித்து, நாய்கள் சுற்றிலும் நின்று அவளை வேடிக்கை பார்ப்பதும், நாயைக்கூட விரட்ட முடியாத மிகவும் கொடுமையான நிலையில் இருந்தாள், பட்டம்மா பாட்டி. அவளுடைய இரண்டு மருமகள்களும் எதுவும் அந்தப் பாட்டிக்கு செய்ததே இல்லை. அந்த இரண்டு மகன்களும் இதுகுறித்து பேசும் போதெல்லாம்,

“உங்க அம்மா பக்கத்துல போனாலே ஒரே ப்பீ நாத்தம். அய்யே... ச்சே...” என்று சொல்லுவாள், ஒரு மருமகள்.

“நாங்க எப்படி இந்த வேலைய செய்றது..?” என்று சொல்லியே காலத்தை ஓட்டி இருந்தார்கள், அந்த இரண்டு மருமகள்களும்.

என்ன செய்வது என்று தெரியவில்லை மகன்களுக்கு. திடீரென்று ஒருநாள் தன் மூத்த மகன் காலையில் எழுந்த உடனேயே கடைத் தெருவுக்குச் சென்று ஒரு ஹோட்டலில் அம்மாவுக்கு மிகவும் பிடித்த இட்லியை வாங்கி வந்து கொடுத்து, அருகில் அமர்ந்து ஒரு இட்லியை மட்டும் ஊட்டி விட்டு மீதியை அங்கேயே பிரித்து வைத்து விட்டு, அந்த இடத்திலிருந்து கிளம்பினான். அந்தப் பாட்டி படுத்த படுக்கையில் இருந்தபடியே இதுவரை கண் திறக்காத பாட்டி மகனை வெறிக்க பார்த்துக் கொண்டிருந்தாள். ஆனால் அந்த பெரிய மகன் திரும்பவேயில்லை.

இரண்டு மணிநேரம் கழித்து திரும்பினான். அப்போது அந்த பாட்டி உயிரோடு இல்லை.

இது நடந்து பல வருடங்கள் கழித்து, முதல் முறையாக என்னிடம் தான் மனம் திறந்தார் அந்த மாமா.

பட்டம்மா பெரிய மகனான அந்த மாமா என்னிடம் மட்டும் அந்த உண்மையை ஏன் சொன்னார் என்பது இதுவரை தெரியவில்லை. 'எனது மனைவியும், தம்பியின் மனைவியும் செய்த கொடுமை தாங்க முடியாமல் நான்தான் சாம்பாரில் வயலுக்கு பூச்சிக்கொல்லியாக தெளிக்கும் டமக்கரானை கலந்து கொடுத்தேன்' என்றார்.

பாட்டிகளின் மரணமென்பது மகன்களால் நிகழ்த்தப்படும் போது அதற்குப் பின்னால் மிகப்பெரிய மனதை உருக்கும் ஒரு நிகழ்வு இருந்திருக்கக்கூடும் என்பது என்னால் உணர முடிந்தது. இதை நியாயப்படுத்த விரும்பவில்லை. ஆனால் இப்படி ஒரு நிகழ்வுக்குப் பின்னர், ஒரு மிகப்பெரிய சோகம் இருக்கிறது என்பதுதான் நான் தெரிந்து கொண்டது.

நான் கல்லூரி படித்த போதுகூட இதே போல் ஒரு சம்பவம் நடந்தது. அந்த பாட்டியும் பட்டம்மா பாட்டியுனுடைய வயதாகத்தான் இருக்கும். கிட்டத்தட்ட ஒரு வருட காலமாகவே உயிர் இழுத்துக் கொண்டிருந்தது. இரண்டு மகன்கள், மூன்று மகள்கள். ஆக மொத்தம் ஐந்து பேர். அனைவருக்கும் திருமணம் முடிந்து ஆளுக்கொரு திசையில் இருந்தார்கள்.

ஒரு பெண்ணை வேலைக்கு அமர்த்தி வைத்து, தனது அம்மாவை கவனித்து வந்தார்கள். மாதம் ஒருவர் பணம் கொடுத்து அவரை காப்பாற்றிக் கொண்டிருந்தார்கள்.

மருத்துவரின் அறிவுறுத்தலின்படி இதற்கு மேல் தாங்காது என்றும், இரண்டு நாள் அல்லது மூன்று நாள் என்று நாள் கணக்கை கொடுத்து விட்டார்கள். எனவே ஊரிலிருந்து அடித்து பிடித்துக்கொண்டு ஐந்து பேரும் வந்து இருந்தார்கள். ஆனால் ஐந்து நாட்கள் ஆகியும் பாட்டி அதே இழுத்தபடியே தான் இருந்தாள்.

என்ன செய்வதென்று தெரியவில்லை அவர்களுக்கு. அவரவர் வேலைதான் முக்கியம் என்று கருதினார்கள். பத்து மாதம் சுமந்து பெற்றெடுத்த தாயை கவனிப்பதற்கு அங்கு யாருக்கும் நேரமில்லை என்பதைத்தான் அவர்கள் அனைவரும் அழுத்தமாக கூறிக்கொண்டே இருந்தார்கள். மகள்களும்கூட அப்படித்தான். தனது குழந்தைகளுக்கு பள்ளி இருக்கிறது. பள்ளிக்குச் செல்ல வேண்டும். தனக்கு வேலை இருக்கிறது என்று புலம்பிக் கொண்டே இருந்தார்கள்.

யாரும் அந்தத் தாயை பாசத்துடன் பார்ப்பதற்காக வரவில்லை என்பதுதான் உண்மை. மகன்களும் அப்படித்தான். கடமையை எப்படியாவது முடித்துவிட்டு, அந்த இடத்தைவிட்டு வெளியேறிவிட வேண்டும் என்ற நோக்கில்தான் வந்திருந்தார்கள்.

ஆறாம் நாள் எல்லோரும் ஒரு முடிவுக்கு வந்தார்கள். பாட்டியை கருணைக் கொலை மாதிரியான கிராமத்து செயல் வடிவ முறையில் செய்யப்படக்கூடிய ஒரு வன்முறையை அவர்கள் நிகழ்த்தினார்கள். பக்கத்து கிராமத்திலிருந்து ஒரு முதிர்ந்த வயதுடைய இரண்டு பெண்களை வரவழைத்து பாட்டியை நன்றாக எண்ணை தேய்த்து குளிக்க வைத்தார்கள். அந்த பாட்டி கண்களைத் திறக்கவில்லை. தண்ணீரில் குளிக்க வைத்தார்கள் அந்த தண்ணீர் குளுமையாக இருந்தது. அந்தப் பாட்டிக்கு உணர்வுகளை வெளிப்படுத்தக்கூடிய சக்தி இல்லை.

தான் அவர்களுக்கு தொந்தரவாக இருக்கிறோம் என்பதைக் கூட அந்த பாட்டி நினைத்திருக்கக்கூடும். கடைசி நேரத்தில் இவர்களெல்லாம் வந்து இருக்கிறார்கள், ஆனால் ஆறுதலாக ஒரு வார்த்தைகூட பேசவில்லை என்பதுகூட அந்த பாட்டிக்கு தெரிந்திருக்கும். தான் இருப்பதைவிட இறந்து போவதே மேல் என்றும்கூட அந்த பாட்டி நினைத்திருக்கலாம். அல்லது அந்த எமன் தன் உயிரை இன்னும் எடுக்காமல் இருப்பதற்கு காரணம் நமது குழந்தைகளின் உண்மையான முகத்தை தான் பார்க்க வேண்டும் என்பதற்காககூட இருந்திருக்கலாம் என்று அவள் மனதில் தோன்றியிருக்கக்கூடும்.

அந்த இரண்டு நபர்கள் பாட்டியை குளிக்க வைத்து தலை உடம்பெல்லாம் துவட்டி புதுப் புடவை கட்டினார்கள். அவளது தலை காய்வதற்குள் ஒரு பெரிய இளநீரை வெட்டி அந்தப் பாட்டியின் வாயை ஒருவள் பிளந்து கொள்ள, இன்னொருவள் அந்த இளநீர் தண்ணீரை வாய்க்குள் ஊற்றினாள். அந்த இளநீர் தண்ணீர் அவளது தொண்டைக் குழிக்குள் மெதுவாக இறங்கியது.

அன்று இரவு கிழவியை தாழ்வாரத்தில் போட்டுவிட்டு மற்றவர்கள் வாசலில் படுத்து இருந்தார்கள். விடிந்து பார்க்கும்போது அந்த பாட்டியின் உடம்பெல்லாம் எறும்பு ஊர்ந்து கொண்டிருந்தது.

எந்தவித முணுமுணுப்பும் இல்லாமல், இதற்கு மேலும் தனது உயிரை பிடித்துக் கொண்டு இந்த உலகில் வாழ என்ன இருக்கிறது என்றுதானே கடைசி நிமிடத்தில் அவள் நினைத்திருப்பாள்...?

- 8 -

வீட்டிற்கு அருகில் சென்றுவிட்டேன். நெஞ்செல்லாம் படபடவென அடித்துக்கொண்டது. ஆசுவாசப்படுத்திக் கொண்டேன். கொஞ்சம் கொஞ்சமாக மூச்சை உள்ளிழுத்து வெளியேவிட்டேன். வாசலில் பைக்கை நிறுத்தினேன். எந்தவொரு கூட்டமும் இல்லை. மதிய வெயில் மண்டையைப் பிளந்தது. முதல் தளத்தில் வீடு இருப்பதால், மாடிப்படி வழியே ஏறி நடந்தேன். ஊதுபத்தி வாசம் வீசியது. பத்தாயாவின் கணவர் இறந்தபோது வீசிய அதே வாசனை. இறப்பின் முதல் அறிகுறி மூக்கின் வழியே நெஞ்சுக்குள் புகுந்து, நெஞ்சை உலுக்கத் துவங்கியது.

★★★

பத்மா எனும் பாட்டி பத்தாயாவாக மாறிய கதை மிகவும் சுவாரஸ்யமானது.

என் மகள் அப்போது மெதுவாக பேசத் துவங்கிய நாட்களில், ஒவ்வொருவராக அவர்களை எப்படி அழைக்க வேண்டும் எனும் முறையை கூப்பிட சொல்லிக்கொடுத்துக் கொண்டிருந்தார்கள். தமிழரசியின் தங்கை தன்னை சித்தி என்று சொல்ல வைக்க பெருமுயற்சி எடுத்து தோற்றுப்போனாள். அடுத்து சின்னம்மா என்று சொல்ல வைத்து, இப்போது அம்மா என்று அழைப்பது தனிக்கதை.

ஆயா என்று தமிழரசியின் அம்மாவும், தாத்தா என்று தமிழரசியின் தாத்தாவும் சொல்லச்சொல்லி அதில் வெற்றியும் பெற்றார்கள். மாமா என்று சொல்லச்சொல்லி தமிழரசியின் தம்பி கூட வெற்றி பெற்றுவிட்டான்.

இப்போது பத்மா பாட்டியின் முறை வருகிறது. ஆயா என்று சொல்ல வைத்தால் 'தமிழரசியின் அம்மாவும் ஆயா, பத்மா பாட்டியும் ஆயாவா!' என்று காலப்போக்கில் குழந்தை குழம்பிவிடுவாள் என்று நினைத்து, "பத்மா ஆயா" என்று சொல்லிக்கொடுத்தார்கள். அந்த சின்ன வயதில் அந்தப் பெரிய பெயர் நிலாவின் வாயில் நுழையவேயில்லை. பெயர் என்பதாலும், அது பெரியதாக இருப்பதாலும் அவளால் சொல்ல முடியவில்லை. ஆயா என்று கூப்பிடத்துவங்கினாள் நிலா.

ஒரு கட்டத்தில் ஆயாக்களை இனம் காண, தமிழரசியின் அம்மாவை பெயருடன் இணைத்து மேகலாயா (மேகலா + ஆயா

= மேகலாயா) என்றும்; தமிழரசியின் பாட்டியை பத்தாயா (பத்மா + ஆயா = பத்தாயா) என்றும் நிலாவே அழைக்கத் துவங்கினாள். இதுதான் பத்மா பாட்டி 'பத்தாயா'வாகிப்போனக் கதை.

குழந்தைகளிடமிருந்துதான் மொழியின் பல புதிய வார்த்தைகள் பிறக்கின்றன என்ற உண்மை எவ்வளவு யதார்த்தம் என்பதை அப்போதுதான் நான் புரிந்துகொண்டேன்.

மகள் கொஞ்சம் கொஞ்சமாக வளரத் துவங்கினாள். பத்தாயாவுடன் நிறைய பேசத்துவங்கியிருந்தாள். பத்தாயாவின் வயதும் நிலாவின் வயதின் பேச்சுகளின் அடிப்படையில் ஒரே வயதுதானே..?

யாருமற்ற நாட்களில் நிலாவும், பத்தாயாவும்தான் நல்ல தோழிகள். மடியில் நிலாவை தூக்கி வைத்துக்கொண்டு குழந்தை மொழி பேசுவாள், பத்தாயா. நிலா விழுந்து விழுந்து சிரிப்பாள்.

பத்தாயாவின் கன்னத்தில் ஓங்கி ஒரு அரை கொடுப்பாள், நிலா. பத்தாயா அழுதுகொண்டே, அதுற்கு பதிலாகப் பூக்களின் இதழ்களை தொடுவதுபோல் மென்மையான ஸ்பரிச அரை ஒன்றைக் கொடுப்பாள்.

இரவு நேரத்தில் நிலாவை அழைத்துக்கொண்டு வராண்டா வழியாக பொடிநடையாக சுண்டு விரலை பிடித்துக்கொண்டு ரோட்டில் வேடிக்கை காட்டுவாள். போவோரையும், வருவோரையும் பார்த்து உற்சாகமாக குரல் கொடுப்பாள், நிலா. அதற்குப் பதிலாக, பத்தாயாவும் ஒரு சின்ன குரல் கொடுத்து கூடுதல் உற்சாகம் கொடுப்பாள்.

இப்படியான சில நிகழ்வுகளுக்குப் பிறகாக தமிழரசியும் வேலைக்கு போகத்துவங்கினாள். நிலாவுக்குதனது அம்மாவைவிட பத்தாயா போதுமானவளாக இருந்திருந்தாள். ஆகவே, இனி வேலைக்குச் செல்வது சரியாக இருக்குமென்று, பத்தாயாவிடம் குழந்தையை கொடுத்துவிட்டு செல்லத் துவங்கினாள். நான் வேலை முடிந்து வந்ததும் வீட்டிற்கு சென்று உடை மாற்றிவிட்டு மகளை பார்க்கச் செல்வேன். தமிழரசி வேலை முடிந்து வந்ததும் இருவரையும் அழைத்துக் கொண்டு வீட்டிற்கு செல்வது, எனது அன்றாட வேலையாகிப் போனது. மேலும் தமிழரசியின் அலுவலகம் பக்கத்திலேயே இருந்ததால், ஒருவேளை குழந்தை அழுதால் ஓடிவந்து கவனித்துக் கொள்ளலாம் என நினைத்தும்தான் இருவரும் அந்த முடிவுக்கு வந்திருந்தோம்.

நிலாவின் மேகலாயா மற்றும் பத்தாயா இருவரும் அந்த நாள் முதலாக நிலாவுக்கு அம்மாவாகவும் மாறியிருந்தார்கள்...

- 9 -

உடல்நலம் சற்று சரியில்லாமல், நடக்க முடியாமல் இருக்கும் எனது மாமியார்தான் என் கண்ணுக்கு முன்னால் தெரிந்தாள். கொஞ்சம் கொஞ்சமாக நடந்து உள்ளே சென்றதும் எனது மனைவி அழுது கொண்டிருப்பது தெரிந்தது. என்னைப் பார்த்ததும் மாமியார், "யப்பா... எங்கம்மா என்ன விட்டு போச்சுப்பா..." என்று அழத்துவங்கினாள். என் மாமியாருக்கு அருகில் சென்று நின்று கொண்டேன்.

தான் இருந்த இடத்தை விட்டு எழுந்து வந்து என்னை கட்டிக்கொண்டு தமிழரசி கதறி அழுது கொண்டிருந்தாள். என்னைச் சுற்றி ஒரு மிகப்பெரிய அழுகுரல் சூழ்ந்திருந்தது. எனது மகளை தேடினேன். அப்போது அங்கு அவள் இல்லை. மாமனார் ஒரு ஓரமாக நின்றுகொண்டிருந்தார். கையில் மாலையுடன் நின்றிருந்த என்னை பத்தாயாவின் மகன் கண்களால் அழைத்தார். மனைவியை ஒரு சேரில் அமர வைத்துவிட்டு, நெகிழிப் பையிலிருந்த மாலையை எடுத்தேன்.

★★★

கொரானா வைரஸ் பரவல் காரணமாக வீட்டிலேயே இருக்க வேண்டிய சூழல். நானும் மாமனார் வீட்டிலேயே இருந்து ஒன்றாகச் சமைத்து சாப்பிட்டால் செலவினங்கள் குறையும் என்று நினைத்து தங்கினோம். அப்போதுதான் பத்தாயாவை இன்னும் கூர்மையாக கவனிக்கவும், பேசவும் நேரம் கிடைத்தது. கொரானா பரவல் காரணமாக வீட்டிலேயே இருந்த எங்களுக்கு தாயம் ஆடுவதுதான் மிகப்பெரிய பொழுதுபோக்கு. பத்தாயாவுக்கு கண்கள் அவ்வளவாக தெரியாது என்பதால் அவள் விளையாட வரமாட்டாள். ஆனால் எனது மாமனார் பத்தாயாவை எப்படியாவது கிண்டல் செய்து வரவழைத்துவிடுவார்.

"அந்த காலத்துல... எம் மாமியார் தாயபாஸ் ஆடினா, தாயக்கட்டை பேசும். என்ன கேக்குதோ அதுதான் விழும். அப்படியொரு ஆட்டக்காரங்க அவங்க..."

"உங்களுக்கு எப்படித் தெரியும்..?" நான் கேட்டேன்.

"பக்கத்து வீடுதான் எனக்கு. அப்போ நான் பேச்சிலரா

இருந்தேன். வேலை செய்ய... சாப்பிட... சாப்பிட... வேலை செய்ய... இதுதான் என் பொழப்பு. ஞாயித்துக் கிழம சர்ச்சுக்கு போயிட்டு வந்து படுப்பேன். அப்போல்லாம் அவங்க இந்துக் குடும்பம். பக்கத்து வூட்ல உள்ள எல்லாரும் எம் மாமியார் வூட்லதான் இருப்பாங்க. ந்தா அஞ்சு வுழு.. ந்தா தாயம் வுழுன்னு ஒரே சிரிப்பும் சத்தமுமாக இருக்கும். யாருடான்னு காத அவங்க வூட்டு பக்கம் வச்சு கேட்டா, அது என் மாமியா குரலா இருக்கும்."

பத்தாயா தலையை குனிந்து கொண்டு தனது வெட்க புன்னகையை பூமிக்குக் கொடுப்பாள்.

"நீங்க எதுக்கு அவங்க வூட்டுல என்ன நடக்குதுன்னு பாக்குறீங்க..." என்று குறும்பாக கேட்பேன், நான்.

"நான் அப்போ மேகலாவ காதலிச்சேன்..." என்று மாமனார் சொன்ன அடுத்த நொடியே உள்ளிருந்து ஒரு குரல், "என் பேச்ச எடுத்த மூஞ்சிலேயே ரெண்டு வப்பேன். உன் மாமியாப் பத்தி பேசினா பேசு. என்ன எதுக்கு இழுக்கிற..." இது மாமியார்.

"நான் எங்க இழுக்குறேன்... நீதானே உன் அழகால என்ன சுண்டி இழுத்த..."

"அட்டி...ங்க..." மாமியார் ஒரு குரல் கொடுப்பாள். மாமனார் அடுத்து அவரது மாமியார் பக்கம் பேச்சை இழுப்பார்.

நான் பார்த்தவரையில் எனது மாமனார், அவரது மாமியாரிடம் அவ்வளவாக பேசியது இல்லை. அதே போலவே பத்தாயாவும், அவரது மருமகனிடம் அதிகம் பேசியதே இல்லை. எனது மாமனார் கிண்டலடிக்க பத்தாயா சிரிப்பாள். அவ்வளவுதான்.

எப்படியாவது கிண்டலடித்து பத்தாயாவை தாயம் விளையாட வரவைத்து விடுவார், எனது மாமனார்.

காலை சிற்றுண்டியை முடித்து, மதிய சாப்பாடுக்கு முன் ரெண்டாட்டாம். மதிய சாப்பாடுக்குப் பின் ரெண்டாட்டம். மிகவும் கலகலப்பாக செல்லும் அந்த கொரானா நாட்கள்...

பத்தாயாவை அவரோடு இணைத்துக்கொள்ள முயல்வார், என் மாமனார். ஆனால் எப்போதுமே அவருக்கு எதிரணியிலேயே இருப்பாள், பத்தாயா.

"ந்தா பன்னெண்டு, ந்தா ஆறு.. ந்தா அஞ்சு" என்று கேட்டுக்கேட்டு வாங்குவாள் பத்தாயா. பத்தாயாவிடம் தாயங்கள் பேசும்.

கண்கள் சரிவர தெரியாத பத்தாயாவின் ஆட்டங்களை தமிழரசியும் அவளது தம்பியும் கவனிப்பார்கள். நானும் மாமனாரும் ஒரே அணிதான். ஆனால் என்னவோ தெரியவில்லை... எங்களுக்கு முதல் தாயம்கூட விழ பாதி ஆட்டம் பிடிக்கும். அப்படியும் தாயம் விழுந்தால் ஒருவருக்கு மட்டும் விழுந்து விளையாட, மற்றொருவர் தாயத்துக்காக போராடிக்கொண்டே இருப்போம். இடம் சரியில்லை என்று நினைத்து மாறி அமர்ந்து விளையாண்டால்கூட, அவ்வளவு எளிதில் எங்களுக்கு தாயம் விழுந்ததில்லை என்பதுதான் கொடுமை.

விளையாண்டு முடித்ததும் எங்களை எல்லோரும் கலாய்க்க, பத்தாயாவும் அவரது பங்குக்கு பங்கமாக கலாய்ப்பாள். கலாய்களை வாங்கிக்கொண்டு ஒன்றுமே தெரியாத பிள்ளைகளாக எங்களது வேலைகளைத் தொடங்குவோம். நான் புத்தகங்களை எடுத்துக்கொண்டு வராண்டாவின் மின்விளக்கு இருக்கும் இடத்திற்கும், எனது மாமனார் மாவு அரைக்க கிரைண்டரைத் தேடியும் சென்றுவிடுவோம்...

- 10 -

பத்தாயாவின் மகன் என்னை அழைத்ததும், தமிழரசியை ஒரு சேரில் அமர வைத்துவிட்டு அங்கிருந்து அவரிடம் சென்றேன்.

"நாமதான் முதல் மாலை போடணும். நீங்களே போடுங்க போங்க" என்று உள் அறைக்கு அழைத்துச் சென்றார். பகலெல்லாம் எப்போதும் பரபரவென ஏதாவது ஒன்றை செய்துகொண்டே இருக்கும் பத்தாயாவை முதன்முதலாக பகலில் படுத்திருக்கும் காட்சியை பார்க்கப் போகிறேன்; முதன்முதலாக எந்தவித அசைவும் இல்லாமல் பார்க்கப் போகிறேன்; முதன்முதலாக பத்தாயவை நான் வரும்போது அவள் நகர்ந்து போகாத காட்சியைப் பார்க்கப் போகிறேன்; முதன்முதலாக நான் வரும்போதெல்லாம் அவளது மடியில் நிலா இல்லாத அந்த வெறுமையை பார்க்கப் போகிறேன்.

மாலையை எனது வலது கையால் தூக்கினேன். எனது உயரத்திற்கு இருந்தது. சில செவ்வந்திப் பூக்கள் கீழே இறைந்தன, கூடவே சில ரோஜாக்களும். பத்தாயா நடந்த அந்த வீட்டில் அந்த இறைந்த பூக்கள், பத்தாயாவின் நடந்த இடங்களுக்கு முதல் அஞ்சலியை செலுத்தின.

★★★

ஒருமுறை நாங்கள் சுற்றுலா செல்ல நேர்ந்தது. அப்போது எனது இரண்டாவது மகள் தமிழரசியின் வயிற்றில் இருந்தாள். அது தமிழரசிக்கு ஏழாவது மாதம். அந்த நேரத்தில்தான் வேளாங்கண்ணி செல்ல நேர்ந்தது. அங்கு நிறைய தூரம் நடக்க வேண்டும் என்பதால், பத்தாயாவை அவரது மகனின் வீட்டிற்கு அனுப்பினோம். பத்தாவுக்கு அது பிடிக்கவே இல்லை. ஒருவேளை நாங்கள் அழைத்திருந்திருக்கலாம். ஆனால் அவளது உடல் ஒத்துழைக்காது என்பதால் அந்த முடிவை எடுத்திருந்தோம்.

பல நாட்களுக்குப் பிறகு அந்த வீட்டை விட்டு பத்தாயா மூன்று நாட்கள் வேறொரு வீட்டில் இருக்க போகிறாள் என்பதைகூட அவளால் ஏற்றுக்கொள்ள முடியவில்லை. தனது சொந்த மகன் வீட்டிற்குகூட செல்ல விருப்பமில்லாத காரணம் உண்மையிலேயே இதுவரை எனக்கு புரியவேயில்லை.

பத்தாயவை அவளது மகனின் வீட்டிற்கு அனுப்பி வைக்க ஆட்டோ வரவழைக்கப்பட்டது. தனது உடைகளை தனது பையில் எடுத்து வைத்துக்கொண்டு கீழே இறங்கச் சென்றாள், பத்தாயா. திடீரென நிலா இதை கவனித்தவள், பத்தாயாவை கட்டிக்கொண்டு அழத்துவங்கினாள்.

“பத்தாயா... எங்க போற... போவாதாயா...”

“நிலா... நீங்க ஊருக்குப் போயிட்டு வாங்க. ஆயாவுக்க நடக்க முடியாதுல்ல. அதனால ஒரு மூணு நாளுக்கு நான் போயி தங்கிட்டு வரேன்.”

“வேணாயா, நீயும் எங்ககூட வாயா...”

“பாரு நிலா, ஆயா சொல்றேன்ல. இப்படி அழுதா ஆயாவுக்கு புடிக்காதுதான” குரலை உயர்த்திப் பேசினாள்.

“ஆமா.”

“அப்போ, ஆயா சொன்னா கேக்கணும்... சரியா...”

“சரியாயா” – நிலா சொன்னாள்.

“நீ... வரும்போது பத்தாயாவுக்கு என்ன வாங்கிட்டு வருவ..?”

கீழே குனிந்து தனது கண்களை துடைத்துக்கொண்டு, யோசித்தாள் நிலா..

“உனக்கு என்னாயா வேணும்..?

“எனக்கு எதுவும் வேணாண்டா என் பட்டு... நீ பத்திரமா போயிட்டு, அழாம திரும்பி வந்தாலே போதும்...”

“இல்ல இல்ல... நீ சொல்லு. நான் அப்பாகிட்ட சொல்லி வாங்கிட்டு வரேன்.”

“அப்பா, அம்மா, தாத்தா யாரையும் அங்க போயி அது வேணும், இது வேணும்னு தொல்லை பண்ணக்கூடாது. அவங்க சொல்றத கேக்கணும். எங்கயும் தனியா போவக்கூடாது. சரியா...”

“சரியாயா... ஆனா நா ஏதாவது உனக்கு வாங்கி வரேன்..”

“சரிடா பட்டு... ஆயா போயிட்டு வரேன். பத்திரமா நீ போயிட்டு வரியா...”

அதற்குள் ஆட்டோக்காரன் ஹார்ன் அடித்தான். தமிழரசியின் தம்பி பத்தாயாவின் பையை கையில் வாங்கிக்கொண்டு, அவளது

கைகளைப் பிடித்தபடி மாடிப்படி வழியே கீழே இறங்கி ஆட்டோ நிற்கும் இடத்திற்குச் சென்றான். அங்கிருந்து ஓடிவந்த நிலா தமிழரசியிடம் கேட்டாள்.

“அம்மா... அம்மா... நானும் பத்தாயா கூட போகட்டா.” ஆட்டோ அந்த இடத்தை விட்டு செல்வதற்குள் தமிழரசி, ‘வேண்டாம்’ என்று சொல்லிவிட்டாள், பத்தாயாவுடன் கூடவே சென்று விடலாம் என்று நினைத்திருந்தாள், நிலா.

“நிலா, அம்மா உனக்காகத்தான் வேண்டிக்கிட்டேன், அதனால நாம கோயிலுக்கு போவணும், வெறும் இத்தினி நாள்தான்” என்று தனது மூன்று விரல்களை நீட்டி காட்டினாள்.

“வேணாம்மா, நான் பத்தாயாகூட போறன்” என்று கீழே ஓடினாள், எதிராக நிலாவின் மாமாவைப் பார்த்ததும்,

“பத்தாயா எங்க மாமா..?” கண்கள் முழுக்க கண்ணீர் நிரம்பியிருந்தது. நிலைமையைப் புரிந்துகொண்ட அவன், நிலாவைத் தூக்கினான்.

“நாம ஊருக்குப் போயிட்டு உடனே வரோம், வந்ததும் நீயும் ஆயாவும் ஜாலியா விளையாடலாம்” என்றான். ஆனால் நிலா சமாதானம் ஆகவே இல்லை.

இந்த ஐந்து வயதிலும் மிகவும் சூட்சமமாக தனது உணர்வுகளை வெளிக்காட்டாமல் இருப்பாள், நிலா. நான் பலமுறை அதை கவனித்திருக்கிறேன். எந்தவித சோகமாக இருந்தாலும் தனிமையில் இருந்து அழுவாளே தவிர, ஒருபோதும் அவள் சத்தமிட்டு அழுததை நான் பார்த்ததே இல்லை.

நிலா, தனது மாமனின் இடுப்பிலிருந்து இறங்கி என்னிடம் வந்து, மடியில் தனது கட்டை விரலை சூப்பிக்கொண்டே படுத்தாள், அவளது தலைமுடிகளை கோதினேன். அப்படியே தூங்கிவிட்டாள். வெகுநேரம் கழித்து நிலாவின் கண்களைப் பார்த்தேன். கண்ணீர், அவளது கன்னங்களில் ஒரு வழித்தடத்தை வரைந்திருந்தது.

- 11 -

முந்தைய நாள் இரவு ரயிலேறி அடுத்த நாள் காலை, நாகப்பட்டினத்தில் இறங்கி, அங்கிருந்து கார் பிடித்து வேளாங்கண்ணி சென்றபோது காலை மணி பத்து என்று கடிகாரம் காட்டியது. அங்கிருந்த கோவிலுக்குச் சொந்தமான தங்கும் விடுதியில் அறை எடுத்துத் தங்கினோம். அப்போது நிலா, எனது நெஞ்சில் படுத்திருந்தாள்.

விடுதியில் அவளைப் படுக்க வைத்துவிட்டு, குளித்து முடித்து வந்து பார்த்தேன், குப்புறப் படுத்திருந்தாள். தூங்குகிறாள் என்று நினைத்து உடைகளை மாற்றத் துவங்கினேன். மற்றவர்கள் பக்கத்து அறையில் இருந்தார்கள். ஒரு சிறு அழுகை சத்தம் கேட்டது. சிறிது நேரம் யோசித்துவிட்டு நிலாவிடம் சென்று, அவளை தட்டி எழுப்பினேன். அவள் விழித்துக் கொண்டுதான் இருந்தாள். கண்களில் கண்ணீர் நிரம்பி அந்த மெத்தையை நனைத்திருந்தது. அவளை மடியில் கிடத்தினேன்.

"என்னடாம்மா, என்னாச்சு…"

"பத்தாயா…"

அவள் அழுது கொண்டிருக்கும்போதே பத்தாயாவை நினைத்துதான் அழுகிறாள் என்பது தெரியும். ஆனாலும் கேட்டுப் பார்த்தேன். பத்தாயாதான் அந்த அழுகையில் இருந்தாள். தோளில் நிலாவை தூக்கிக்கொண்டு பக்கத்து அறைக்குச் சென்றேன். எல்லோரும் இருந்தார்கள். நிலாவை தமிழரசியிடம் கொடுத்தேன். அவள் கொஞ்சத் துவங்கினாள். நான் நிலாவை பார்த்துக்கொண்டே இருந்தேன்.

"பத்தாயாவை நாளைக்கு காலையில போயி பார்த்துடலாம் என் பட்டு" என்றாள் தமிழரசி.

"இப்பவே போகலாமா..." என்று தேம்பிக்கொண்டே கேட்டாள், நிலா.

"இல்லடா அம்மு. நாம சாமி கும்பிட்டுட்டு, சுத்திப் பாத்துட்டு, விடிஞ்சதும் போயிடலாம். உனக்கு என்ன வேணும் சொல்லு… அம்மா வாங்கித் தாரேன்."

"பத்தாயாதான் வேணும்…" அவள் உடனே சொன்னாள்.

நான் அங்கிருந்து கிளம்பி எனது அறைக்கு சென்றுவிட்டேன்.

நிலாவுடன் நாங்கள் கழித்த நாட்களைவிட பத்தாயாதான் நிறைய நாட்களில் இருந்திருக்கிறாள். பத்தாயாவுக்கு நிலாவின் மொழி புரியும். நிலாவின் ஒவ்வொரு அசைவுக்குமான அர்த்தம் எங்களைவிட பத்தாயாவுக்குத்தான் நன்றாகவே புரியும். நாங்கள் ஒருவேளை கோபப்பட்டு நிலாவை திட்டினால்கூட, நிலா எதற்காக சேட்டை செய்கிறாள் என்பதை அவளிடம் பேசி அதை சரியாக கண்டுபிடித்து எங்களிடம் சொல்லுவாள், பத்தாயா. அப்படி இருந்தது அவர்களுடனான அந்த குழந்தைத்தன உறவு.

ஒரு பத்து நிமிடங்களில் உடைகளை மாற்றிக்கொண்டு மகளை பார்க்க அதே பக்கத்து அறைக்கு சென்றேன். அங்கு தமிழரசி இன்னமும் நிலாவை சமாதானம் செய்து கொண்டிருந்தாள்.

"சரி... நீங்க குளிச்சிட்டு கிளம்புங்க. நான் நிலாவை கூட்டிக்கிட்டு வெளில போயிட்டு வரேன்." என்று அவர்களை கிளம்பச் சொல்லிவிட்டு, அங்கிருந்து நிலாவை அழைத்துக் கொண்டு வெளியே வந்தேன். வெயில் சற்று கூடுதலாகவே இருந்தது. கடற்கரை காற்றும் வீசியது.

"அப்பா..."

"சொல்லுடா."

"கால் வலிக்குதுப்பா. கழுத்துல தூக்கிக்க."

நிலாவை கழுத்தில் தூக்கிக்கொண்டு பழைய வேளாங்கண்ணி பக்கமாக நடந்தேன். அங்கே சிலர், அங்குள்ள மணல் பாதை வழியாக முட்டிப்போட்டு நடந்து கொண்டிருந்தனர்.

"அப்பா, ஏம்ப்பா... எல்லாரும் இப்பிடி நடக்குறாங்க?"

"அதுக்குப் பேர்தான் வேண்டுதல்டா."

"வேண்டுன்னா..." அந்த வார்த்தையை அவளால் சரியாக உச்சரிக்க முடியவில்லை.

"வேண்டு இல்ல... வேண்டுதல்."

"சரிப்பா... அப்படின்னா என்னப்பா?"

"இப்ப நாம எதுக்கு இங்க வந்தோம்."

"தெரியலியேப்பா."

"நீ அம்மாவோட வயித்துல இருந்தப்ப... அம்மா வேண்டிக்கிட்டாளாம். நிலா நல்லபடியா பொறந்தா, நிலாவுக்கு அஞ்சு வயசு வந்ததும், இங்க வந்து மெழுகுவத்தி ஏத்தி, கும்பிடுறேன்னு."

பிறைமதி குப்புசாமி | 45

"எனக்கு இப்ப அஞ்சு வயசாப்பா…"

"ஆமாடா கண்ணா…"

"அப்பா, அப்ப அம்மாவும் இப்படி முட்டிப் போட்டு போவுமா…"

"இதெல்லாம் அம்மா வேண்டிக்கிலேயே…"

"அப்பாப்பா… அம்மாவையும் இப்படி போகச் சொல்லுப்பா ப்ளீஸ்ப்பா…"

நான் எனது கழுத்தைத் திருப்பி மேல்நோக்கி நிலாவைப் பார்த்தேன். என் கழுத்தில் அமர்ந்துகொண்டு கைகளால் 'ப்ளீஸ்ப்பா' என்றாள்.

"அம்மாவோட வயித்துல உன்னைப்போலவே ஒரு பாப்பா இருக்குதா இல்லையா…"

"ஆமா…"

"அது அழும் பரவாயில்லையா"

"……"

"என்ன சத்தமே காணும் மேடம்…"

"வேணாம்ப்பா…"

புது வேளாங்கண்ணியில் நின்றோம். வெள்ளை நிறத்தில் வர்ணம் பூசப்பட்ட அந்த தேவாலயம் எங்கள் கண்களைக் கூசச்செய்தது. சூரியக் கதிர் அதில் பட்டு அந்த சுற்றளவு முழுவதும் கூடுதல் வெளிச்சமாக இருந்தது. எனக்கும் உடம்பெல்லாம் வேர்த்துவிட்டது. நிலாவுக்கு முகமெல்லாம் வேர்த்துக் கொட்டியது. மகளை கீழே இறக்கி,

"ஐஸ் வாங்கலாமாடா" என்றேன்.

உற்சாகமாக தலையாட்டினாள். பக்கத்தில் ஐஸ் பெட்டியுடன் ஒரு அண்ணன் ஐஸ் விற்றுக்கொண்டிருந்தார். அதை நோக்கி நிலா ஓடினாள். நான் நிலாவை 'புடிடா… புடிடா…' என்று சொல்லிக்கொண்டே ஓடினேன். அவள் என்னைத் திரும்பிப் பார்த்துக்கொண்டே வேகமாக ஓடினாள். நான் மெதுவாக ஓடித் தோற்றுப்போய் ஒரு இடத்தில் நின்றுகொண்டேன். நிலா என்னை திரும்பிப் பார்த்து இடுப்பில் கை வைத்துக்கொண்டு 'பவ்… பவ்…' என்று தனது ஆள்காட்டி விரலை மடக்கிக் காட்டி கிண்டலடித்தாள்.

மக்கள் கூட்டம் கொஞ்சம் குறைவாகவே இருந்தது. ஒரு வேப்ப மரத்திற்கு கீழே அந்த ஐஸ்கார அண்ணன் நின்று

கொண்டிருந்தார். மீண்டும் நான் ஓட்டமெடுக்க, நிலாவும் ஓடிப்போய், ஐஸ்காரர் பக்கத்தில் நின்றாள்.

"அங்கிள்... எனக்கு ஒரு ஐஸ்."

நான் அதற்குள் அங்கு வந்துவிட்டேன். ஐஸ்காரர் என்னைப் பார்த்தார். நான் கண்களால் 'கொடுங்கள்' என்றேன்.

"என்ன ஐஸ்மா" என்றார் அவர்.

"என்னா ஐஸ் அங்கிள் இருக்கு..."

"பால் ஐஸ், குச்சி ஐஸ், சேமியா ஐஸ்..." என்று அடுக்கிக்கொண்டே போனார், அந்த அண்ணன்.

"அங்கிள், சேமியா ஐஸ்..."

"அண்ணே, எனக்கும் சேமியா ஐஸ்" என்றேன்.

"அங்கிள் அப்பா தோத்துட்டாரு. அவருக்கு நோ ஐஸ்" என்றாள், நிலா.

"ப்ளீஸ்டா" என்று நிலாவுக்கு முன் மண்டியிட்டேன்.

அவள் சரியென்று ஐஸை வாயில் வைத்துக்கொண்டு வலது கையால் 'பிழைத்துப்போ' என்பது போல காட்டினாள்.

நிலாவை கழுத்தில் தூக்கிக்கொண்டு, மறுபடியும் அறைக்குத் திரும்பினேன். கிட்டத்தட்ட இந்த நேரத்தில் பத்தாயாவை மறந்திருந்தாள் என்பது எனக்கு நிம்மதியாக இருந்தது.

கழுத்தில் உக்கார்ந்துகொண்டு ஐஸ் சாப்பிடுவதால் அதன் துளிகள் தலையில் கொட்டின. அதை அவளது இன்னொரு கையால் துடைத்து தலை முழுக்க பிசுபிசுக்க வைத்துவிட்டாள். அதை எதுவும் கண்டுகொள்ளாமல், நானும் ஒரு கையால் நிலாவை தாங்கிப் பிடித்துக்கொண்டு, இன்னொரு கையில் சேமியா ஐஸை ருசித்துக்கொண்டே வந்தேன். அறையில் எல்லோரும் கிளம்பி தேவாலயத்திற்கு செல்ல எங்களுக்காக காத்திருந்தார்கள்.

நான் ஒரு துண்டை இடுப்பில் கட்டிக்கொண்டு நிலாவை குளிக்க வைத்த பிறகு, நானும் மறுபடியும் ஒரு குட்டி குளியல் போட்டு தயாரானேன்.

- 12 -

மருத்துவர் குறிப்பிட்ட அந்த தேதிக்கு ஒரு மாதத்திற்கு முன்னதாகவே அவளுக்கு ரத்த அழுத்தம் அதிகமாகிவிட்டது. அந்த இரவே தமிழரசியை மருத்துவமனைக்கு நானும், அவளது அப்பாவும் அழைத்துச் சென்றோம். ஆனால் என் மனதில் மட்டும் கண்டிப்பாக இரண்டு நாட்களில் குழந்தை பிறக்கும் என்று நம்பினேன்.

தமிழரசியை மருத்துவமனையில் அட்மிட் செய்துவிட்டு கொசுக்கடியில் வெளியே அமர்ந்திருந்தோம்.

இதே போலொரு இரவிலேதான் நிலா பிறந்தாள். அப்போதும் இதே போலவேதான் நானும், மாமனாரும் அமர்ந்திருந்தோம். இதே போலவே குறிக்கப்பட்ட தேதிக்கு முன்னதாக வலி வந்திருந்தது, தமிழரசிக்கு.

எனது அப்பாவுக்கும், அம்மாவுக்கும் தகவலை சொன்னேன். தகவல் சொன்ன அடுத்த சில மணிநேரத்தில் பேருந்து ஏறிவிட்டதாக தகவல் சொன்னார்கள்.

சற்று தூரத்தில் மற்றவர்கள் அமர்ந்திருந்தனர். முதல் குழந்தை பிறக்கப்போகும் அந்த மணித்துளிகள் என்னை மிகவும் கொடுமைப்படுத்தின. சினிமாவில் காண்பதைப்போலவே என்னையறியாமல் அங்குமிங்கும் உலாத்திக் கொண்டிருந்தேன். எனக்கு கை, கால்களெல்லாம் தரையில் நிற்கவேயில்லை. தமிழரசியை உள்ளே அழைத்துச் சென்று இரண்டு மணிநேரம் ஆகியிருந்தது. எங்களுக்கு முன்னதாக அழைத்துச் செல்லப்பட்ட ஒவ்வொருவருக்கும் ஆண் குழந்தை, பெண் குழந்தை என்று தகவல்கள் வந்து கொண்டும், அவர்கள் இனிப்பு வழங்கிக்கொண்டும் இருந்தார்கள். நான் வாங்கி வைத்திருந்த இனிப்பு எனது தோள் பையில் பத்திரமாக இருந்தது. சரியாக ஒன்று ஐம்பத்தெட்டிற்கு அந்த செய்தி வந்தது.

'அப்பாடா' என்றது மனது. மகளை கையிலேந்தி பார்த்தேன். எனது மாமியார் சொன்னார்: 'கண்ணு, மூக்கு, காது எல்லாம் அப்படியே நீங்கதான்.' அப்போது அவர்களுக்கு எந்தவித பதிலும் கொடுக்க வார்த்தைகள் என்னிடம் இல்லை. அப்பாவாகியிருக்கிறேன் என்ற மகிழ்வின் உச்சத்தில் இருந்தேன்.

48 | பத்தாயா

குழந்தையின் முகத்தைப் பார்த்தேன். அவள் அந்தச் சிறிய கண்களால் சிமிட்டிக் கொண்டிருந்தாள்.

கையில் மகள். அப்போது நல்ல மழை. அது ஒரு முழுப்பௌர்ணமி நாள்...

இவையெல்லாம் கண் முன்னே வந்து போயின.

"எனக்கு என்னமோ நாளைக்கு அல்லது நாளை மறுநாள் குழந்தை பிறந்துடும்னு நினைக்கிறேன்!" மாமனாரிடம் எனக்குள் தோன்றியதை சொன்னேன்.

"அப்படிலாம் இருக்காது, சாதாரண ரத்த அழுத்தம்னுதானே டாக்டர் சொல்லிருக்காரு. அதனால இன்னும் ரெண்டு வாரம் தாக்கு பிடிக்கும்."

அதற்குள் வெளியே வந்த மருத்துவர்,

"சாதாரண ரத்த அழுத்தம்தான், காலையில ஆறு மணி வரைக்கும் அப்ஸர்வேஷன்ல இருக்கட்டும். அதுக்கப்புறம் வீட்டுக்குக் கூட்டிட்டுப் போங்க" என்று தகவலைச் சொன்னார் மருத்துவர்.

ஏற்கனவே நானும், தமிழரசியும் மருத்துவமனைக்கு பரிசோதனைகள் செய்ய வரும்போதெல்லாம் பிரசவத்திற்கு எவ்வளவு செலவாகும் என்று கேட்க, அவர்கள் சொன்ன பதில் முப்பதிலிருந்து நாற்பதுக்குள் வரை ஆகும் என்ற தகவலை சொன்னார்கள். அதை அப்படியே மனதில் வைத்துக்கொண்டோம். ஆனாலும் அவர்கள் பதிலில் எனக்கு நம்பிக்கை இல்லை. எனவே இன்னும் கூடுதலாக பணத்தை தயார் செய்ய நினைத்திருந்தேன்.

காலை ஆறு மணிக்கு மருத்துவரை பார்க்கச் சென்றேன்.

"தமிழரசி எப்படி இருக்காங்க சார்."

"இன்னும் கொஞ்ச நேரம் வெயிட் பண்ணுங்க சார்."

எனது மாமனார், வீட்டிற்கு சென்றிருந்தார். நான் மட்டும் இருப்பதால், என்ன உண்மையான தகவல் என்று கேட்க நினைத்து,

"ஓகே சார், அவளுக்கு உடம்பு பரவாயில்லையா, அப்படி இல்லைன்னா இன்னைக்கு முழுக்கக்கூட இருக்கட்டும்" என்றேன்.

"சொல்றேன் சார், கொஞ்சம் வெயிட் பண்ணுங்க" என்று உள்ளே போனார்.

பிறைமதி குப்புசாமி | 49

அதற்குப் பிறகு அவர் வெளியில் வரவில்லை. சிறிது நேரத்தில் மாமனார் வந்தார். நான் குளித்துவிட்டு வருகிறேன் என்று சொல்லிவிட்டு செயினை அடகு வைக்கச் சென்றேன்.

அடகு வைக்கும் நேரத்தில் மாமனாரிடமிருந்து அழைப்பு வந்தது.

"சொல்லுங்க."

"தமிழரசிக்கு ரொம்ப மோசமான நிலையில் உடம்பு இருக்குதாம். உங்ககிட்ட கையெழுத்து வாங்கிட்டு ஆப்பரேஷன் பண்ணி குழந்தையை வெளியில எடுத்துடலாம்னு சொல்றாங்க."

உடனே எனக்கு பதட்டம் ஒரு பக்கம், குழப்பம் ஒரு பக்கமென பதறிப் போனேன். ஏனெனில் முதல் குழந்தை சுகப்பிரசவம். அடுத்த குழந்தையும் சுகப்பிரசவமாக இருக்குமென்றுதான் சொல்லியிருந்தார்கள். ஆனால், திடீரென ஆப்பரேஷன் எனும் செய்தியால் பெரும் பதட்டமானேன். என்ன பதில் சொல்வதென்று தெரியாமல் தவிக்கும் நேரத்தில் இன்னொரு குண்டை தூக்கிப் போட்டார், எனது மாமனார்.

"ரொம்ப மோசமான நிலைன்றதால குழந்தை, தாய் ரெண்டு பேர்ல யாராவது ஒருத்தரைத்தான் காப்பாத்த முடியும்னு சொல்றாங்க" என்று தழுதழுத்த குரலில் அவர் சொன்னதும், இன்னும் கூடுதலாக இதயம் படபடக்கத் துவங்கியது.

செயினை அடகு வைத்து பணத்தை எடுத்துக் கொண்டு, என்னிடம் கையிலிருந்த பணத்தையும் எடுத்துக்கொண்டு வரும் வழியில் போலீஸ்காரர் மறைத்து என்னவென்று விசாரித்தார். அது ஊரடங்கு காலம் என்பதால் இந்த விசாரணை. யாரும் ஒரு குறிப்பிட்ட எல்லையைத் தாண்டி போகவோ வரவோ கூடாது. கண்களில் நிரம்பியிருந்த கண்ணீரை பார்த்த போலீஸ்காரர் என்ன நினைத்தாரோ தெரியவில்லை என்னவென்றுகூட விசாரிக்காமல் 'நீங்க போங்க' என்று அனுப்பி வைத்தார். கண்களில் வடிந்துக் கொண்டிருக்கும் கண்ணீரைக்கூட துடைக்காமல் மருத்துவமனையை நோக்கிச் சென்றேன். அதற்குள் நிலைமையினை சமாளித்துக்கொண்டு மாமனார் தனது கையெழுத்தைப் போட்டு ஆப்பரேஷன் அறைக்குள் அனுப்பியிருந்தார்.

ரத்த அழுத்தம் அதிகமாகி, மிகவும் மோசமான சூழலில் இருந்திருக்கிறாள், தமிழரசி. தாய் அல்லது குழந்தை இவர்களில்

யாரையாவது ஒருவரைத்தான் காப்பாற்ற முடியும் என்று மருத்துவர் கூறியதால், எனது மாமனார் பயந்து அவரே கையெழுத்துப் போட்டிருக்கிறார். நான் அடகு வைத்து திரும்புவதற்குள் அறுவை சிகிச்சை அறைக்கு அனுப்பி வைக்கப்பட்டிருந்தாள்.

தகவல் தெரிந்ததும் எனக்கு வெடவெடவென ஆகிவிட்டது, அந்த நேரத்தில்,

"தமிழரசியின் ஹஸ்பண்ட் யாருங்க?"

எங்களின் நீண்டதொரு மௌனத்தை கலைத்தது அந்தக் குரல். குரல் வந்த திசையை நோக்கிப் பார்த்தேன். ஒரு செவிலியரின் குரல்தான் அது.

அந்த திசையை நோக்கி ஓடினேன். அவரது கையில் குழந்தை ரோஸ் கலரில் இருந்தது.

"பெண் குழந்தை பிறந்திருக்கு, நல்லா பாத்துக்கோங்க."

"தமிழரசி எப்படி இருக்கா?"

"நல்லா இருக்காங்க."

'அப்பாடா' என்றது மனது. ஒரு மிகப்பெரிய போராட்டம் முடிந்தது. குழந்தையை பார்த்தேன். அவளது கண்கள் திறக்கவில்லை. வாய் மட்டும் அசைந்தது. ஒரு மாதத்திற்கு முன்னதாகவே பிறந்துவிட்டாள் என்பதால் அவளை 'இங்க் பெட்டரில் வைக்க வேண்டும்' என்றார்கள். என்னை வர சொன்னார்கள். அதுவரை குழந்தையை யார் கையிலும் அவர்கள் கொடுக்கவில்லை.

இரண்டு செவிலியர்கள் சூழ எனது மகள் ஒரு கண்ணாடிப் பெட்டிக்குள் வைத்து தள்ளிச் சென்றார்கள். அவர்களைத் தொடர்ந்து சென்றேன். அந்த இங்க் பெட்டர் அறை வந்தது. மகளின் காலை ஒரு நீலநிற மையில் ஒட்டி ஒரு தாளில் பதித்து, மீண்டும் எனது மகளை என்னிடம் காட்டினார்கள்.

"நல்லா ஒருமுறை பார்த்துக்கோங்க சார்…"

"சிஸ்டர்"

"சொல்லுங்க"

மனசெல்லாம் ஒரேகனமாக இருந்தது. மகளைநான் இன்னமும் தூக்கவேயில்லை. அவளை சரியாகக்கூட நான் இன்னமும் பார்க்கவில்லை. மனதெல்லாம் ஒரு இனம்புரியாத ஏதோ ஒன்று

கடந்து அடித்துக்கொண்டது. கேட்கலாமா, வேண்டாமா என்றும் தெரியவில்லை. ஆனாலும் கேட்டுவிட்டேன்.

"என் மகளை கையில் தூக்கி கொஞ்ச நேரம் வச்சிக்கட்டுமா!"

இந்த வார்த்தையை அந்த செவிலியர்களிடம் சொல்லியபோதே நான் கலங்கிவிட்டேன். ஏன் அப்படியானேன் என்று இதுவரை எனக்குப் புரியவேயில்லை.

"இல்ல சார்... இன்பெக்சன் ஆகிடும்..."

அருகில் நின்ற இன்னொரு செவிலியர் சொன்னார்...

"சார், வாங்கிக்கோங்க சார்" கையில் குழந்தையுடன் நின்ற செவிலியரை முறைத்துவிட்டு, என்னிடம் குழந்தையை வாங்கிக் கொடுத்தார், இன்னொரு செவிலியர்.

மகளை உற்றுப் பார்த்தேன். ரோஸ் கலரில் இருந்தாள். கண்களை திறக்க முயற்சிக்கிறாள் போல. முத்தம் கொடுக்கலாமா வேண்டாமா என்று யோசித்தேன். அவர்கள் சொன்ன இன்ஃபெக்சன் என்ற வார்த்தை என்னை தடுத்துவிட்டது. பிறகு அந்த எண்ணத்தைக் கைவிட்டேன்.

எனது எல்லாவிதமான சோகங்கள், கவலைகள், எனது ஒட்டு மொத்த வாழ்க்கையின் விரக்திகள் என்று எல்லாமே அந்த கணத்தில் பறந்து போனது.

"ம்மாடி" மெல்லிய குரலில் அழைத்தேன்.

அவளது காதுக்குள், அதுவும் மெதுவாகச் சொன்னேன். அவளது உடல் நெளிந்தது. நிலாவை நான் 'ம்மாடி' என்றுதான் அழைப்பேன். அந்த குரல் அவளுக்கும் பழகியிருக்கும் என்று நினைத்துக் கொண்டேன்.

அந்த இரண்டு செவிலியர்களும் என்னை வைத்த கண் வாங்காமல் பார்த்தார்கள். மகளது வாயிலிருந்து ஒரு புன்னகை மலர்ந்தது. அந்தக் காட்சியை என்னால் விவரிக்கவே முடியவில்லை.

எனது பெரிய மகள் பிறந்தபோது இருந்த எனது வாழ்க்கைக்கும், இரண்டாவது மகள் பிறந்தபோது இருந்த வாழ்க்கைக்கும் இடையில் ஒரு போராட்ட வாழ்க்கை இருக்கிறது.

ஆனால் எனது பெரிய மகள் பிறந்தபோது இருந்த மனநிலைக்கும், சின்ன மகள் பிறந்தபோது இருக்கும் மனநிலையும் பலவாறு வேறுபட்ட வடிவங்கள்தான்.

"சார், டாக்டர் பார்த்தா திட்டுவார், சீக்கிரம் குழந்தையை கொடுங்க" என்று சொல்லி, என்னிடமிருந்து குழந்தையை வாங்கி உள்ளே சென்றார்கள். நான் எனது மகளைப் பார்த்துக்கொண்டே நின்றேன்.

எனது இரண்டாவது மகளையும் கண்டிப்பாக பத்தாயாவும் வளர்ப்பார் என்பது இயற்கையின் எழுதப்படாத கதைதானே...

- 13 -

மாலையை கையில் ஏந்திக்கொண்டு உள் அறைக்கு என்றேன். அங்குதான் பத்தாயாவை கிடத்தி இருந்தார்கள். பத்தாயாவின் உடல் அவளது வெள்ளை புடவையால் மூடப்பட்டிருந்தது. கைகள் ஒரு வெள்ளை கயிறால் கட்டப்பட்டு இருந்தது. பத்தாயாவின் கண்கள் மூடியிருந்தது. அவளது வாயும் தலையும் இணைத்து ஒரு வெள்ளைக் கயிறால் கட்டி இருந்தார்கள். காலின் கட்டை விரல்களையும் அதே போலொரு வெள்ளைக் கயிறால் இணைத்து கட்டி இருந்தார்கள். பத்தாயாவை எனது கண்கள், வெறிக்கப் பார்த்தன. மாலையை அவளது மேலே கிடத்தினேன். முதல் மாலையை நான் போட்டேன் என்பது எனக்கு அவ்வளவு கொடுமையாகவும், அதே நேரத்தில் நடுக்கமாகவும் இருந்தது.

'உனக்கும், குட்டிப் பாப்பாவுக்கும் கல்யாணம் ஆகும் வரை நான் உயிரோடுதான் இருப்பேன்' என்று ஒருமுறை நிலாவிடம் சொல்லியிருந்தாள். ஆனால், நான் வாங்கி வந்த மாலையை பத்தாயாவின் மீது போட வேண்டிய சூழலை இந்த இயற்கை எனக்கு கொடுத்திருந்தது உண்மையிலேயே ஏற்றுக்கொள்ளவே முடியவில்லை.

வெளியே வந்தேன். எனது சின்ன மகள் பாலுக்காக அழுதுகொண்டிருந்தாள். அவளை வாங்கி தோளில் போட்டு தட்டிக்கொண்டு நடந்தேன். குளிர்சாதனப் பெட்டிக்கு மேலே இருந்த பால் புட்டியை எடுத்து மகளை மடியில் கிடத்தி, அந்த பால் புட்டியை கொடுத்தேன். அவள் குடித்துக் கொண்டிருந்தாள். அங்கே நிலா விளையாடிக் கொண்டிருந்தாள்.

நிலாவை பொறுத்தவரையில் பத்தாயா வீட்டில் இருக்கிறாள். அவ்வளவுதான். அதுவே நிலாவுக்கு போதுமானதாக இருந்திருக்கலாம். வேறொன்றும் நிலாவுக்கு புரிந்துகொள்ளும் அளவிற்கும் வயதும் இல்லை.

ஐஸ் பெட்டியை வர வைத்திருந்தார்கள். எனது சின்ன மச்சான் வந்து தகவல் சொன்னதும், பத்தாயாவின் மகனும், சின்ன மச்சானும் பத்தாயாவை தூக்கிக்கொண்டு வெளியே சென்றார்கள். பத்தாயாவின் உடல் நெளிந்தது.

நிலா அருகில் வந்தாள்,

"அப்பா பத்தாயாவை ஏம்ப்பா தூக்கிட்டுப் போறாங்க..."

குழந்தைகளின் பல கேள்விகளுக்கு எம்மால் அவ்வளவு எளிதாக பதில் கொடுக்க முடிவதில்லைதானே? சின்ன மகளுக்கு பால் கொடுத்துக்கொண்டே நிலாவை அழைத்தேன். அருகில் வந்தாள். அவளது தலையை வருடினேன். கன்னத்தில் ஒரு முத்தம் கொடுத்தேன். அவளுக்கு விடை சொல்ல முடியாத நேரங்களில் முத்தம் அவளுக்கு போதுமானதாக இருக்குமென்று நினைத்தேன். ஆனால் அவ்வாறு அவள் அத்துடன் அந்த கேள்வியை நிறுத்தவில்லை.

"சொல்லுப்பா... எதுக்கு தூக்கிட்டுப் போறாங்க..?"

"காத்து வரலல்ல, அதனால கீழே தூக்கிட்டுப் போறாங்கம்மா..."

"இல்லையே... பத்தாயாவே நடந்து போவுமே..."

"......"

அமைதியைத் தவிர என்னிடம் எந்தப் பதிலுமில்லை.

"சொல்லுப்பா."

"போகும்... ஆனா பத்தாயா இப்போ தூங்குதே..."

"அப்போ பாவம்தானே... தூக்கத்துல இப்படி பண்ணலாமா..?" இடுப்பில் கையை வைத்துக்கொண்டு என்னை முறைத்தபடி நிலா கேட்டாள்.

"......"

இப்போது நிலாவை கவனிக்காதது போலவே இருந்தேன்.

பதிலேதும் சொல்லாமல் இருந்ததைப் பார்த்து, என்ன நினைத்தாளோ! தெரியவில்லை.

"அப்பா... தன்ஷிகாகூட விளையாடப் போறே.ன்.." என்று சொல்லிவிட்டு, பக்கத்து வீட்டிற்கு சிட்டாக பறந்து போனாள், நிலா.

நான் நிலாவையே பார்த்துக்கொண்டிருந்தேன்.

நிலாவை பள்ளியில் சேர்த்துவிட்ட காலங்களில், பள்ளி செல்லும்போது டாட்டா காட்டுவாள் பத்தாயா, காற்றில் முத்தத்தை பறக்கவிட்டு டாட்டா சொல்லுவாள், நிலா. பள்ளி விடும் நேரத்தில் மாடியில் நின்றுகொண்டு சாலையை

பார்த்துக்கொண்டிருப்பாள், பத்தாயா. நிலாவின் தாத்தா பைக்கில் அழைத்து வருவார். சாலையின் விளிம்பில் நிலா வருவதை பார்த்ததுமே பத்தாயாவுக்கு அப்படி ஒரு ஆனந்தம் தெரியும் கண்களில். நிலாவுக்கும்கூட அப்படித்தான்.

நிலாக்களில் மொழிகளும், பத்தாயாக்களின் மொழிகளும் உடலின் பல அங்கங்களில் வெளிப்படுவதை நான் பலமுறை பார்த்திருக்கிறேன்.

நிலா மாடியில் ஏறும்போதே பத்தாயா கீழே இறங்குவாள். நிலாவின் புத்தகப்பையை கையில் வாங்கிக்கொண்டு விரல் பிடித்து மேலே வருவாள், பத்தாயா. முகம், கை, கால் கழுவி, பத்தாயாவின் மடிக்குள் போவாள், நிலா. அன்றைய நாளின் பள்ளிக் கதைகளை நிலா சொல்ல, அன்றைய வீட்டு நிகழ்வுகளை பத்தாயா சொல்ல, அப்படியே சென்று கொண்டிருக்கும் அன்றைய கதைக் காலம்.

பத்தாயாவை தூக்கிச் சென்று ஐஸ் பெட்டிக்குள் கிடத்தினார்கள். நான் எனது சின்ன மகளை தோளில் தூக்கிக்கொண்டு வந்து மாடியிலிருந்து கீழே பார்த்தேன். எதுவும் தெரியவில்லை. நான் வந்த பிறகு சாமியானா போட்டிருப்பார்கள் போல. கீழே இறங்கினேன். எனது பின்னாடியே தமிழரசியும், அவளது அம்மாவும் வந்தார்கள். தமிழரசியின் அம்மா மிகவும் சோர்வாக இருந்தாள். தமிழரசிக்கு அழுது அழுது கண்கள் வீங்கி இருந்தது. தமிழரசியின் தங்கையும் வந்திருந்தாள். அவள் அவளது கணவனின் தோளில் சாய்ந்திருந்தாள். அவளும் அழுது கொண்டிருந்தாள்.

தனது கைப்பேசி வழியாக எல்லோருக்கும் தகவல் கொடுத்துக் கொண்டிருந்தார், எனது மாமனார். சின்ன மகள் யாரையோ பார்த்து சிரித்துக் கொண்டிருந்தாள். அவளது பொக்கை வாய் அழகாக இருந்தது. ஆனால் அதை என்னால் அப்போது ரசிக்க முடியவில்லை.

ஒவ்வொருவராக வரத் துவங்கினார்கள். கூட்டம் வந்து கொண்டும், போய்க்கொண்டும் இருந்தது. பலவகையான அழுகுரல்கள். பத்தாயாவின் சர்ச் தோழிகள், பழைய பக்கத்து வீட்டில் வசித்தவர்கள், பழைய நண்பர்கள் என கூட்டம் வந்தவாறே இருந்தது. அன்பை மட்டுமே விதைத்த பத்தாயாவுக்கு இந்த கூட்டம் வரவில்லை என்றால்தான் அதிர்ச்சி. ஆகவே, நான் அதை பார்த்துக் கொண்டிருந்தேன்.

நிலா வந்தாள். "ஏம்ப்பா எல்லாம் அழுறாங்க..?"

"சும்மா தாம்பப்பா"

"சும்மா எதுக்கு அழணும்..."

"......"

"ஆயா எப்பப்பா எழுந்திருக்கும்?"

"இன்னும் கொஞ்ச நேரத்துலப்பா..."

"சரிப்பா..."

பத்தாயா கிடத்தப்பட்ட ஐஸ் பெட்டிக்கு அருகில் நிலா சென்றாள். பெட்டியை தட்டினாள்.

"பத்தாயா... பத்தாயா..."

அங்கிருந்தவர்கள் அதட்டினார்கள். அவர்களை ஒரு முறைப்பு முறைத்துவிட்டு, அங்கிருந்து மறுபடியும் விளையாடச் சென்றாள் நிலா.

எனது கைப்பேசி அழைத்தது... எங்க அம்மா...

"எப்பா... எப்பப்பா தூக்குறாங்க..?"

"இன்னைக்கே தூக்குறாங்கம்மா"

"ஐயோ... நாளைக்கு தூக்குனா என்னப்பா... நாங்களும் வந்து ஒரு இட்டு பாத்துட்டுப் போவோமுல்ல..."

"இல்லம்மா, இவங்களோட எல்லாச் சொந்தமும் இங்கதான். அதனால எல்லாரும் வந்ததும் தூக்கிடுவாங்க..."

போனை வாங்கி எங்க அப்பா பேசினார்.

"லே... தம்பி... உன் மாமனார்கிட்ட சொல்லி நாளைக்கு தூக்கச் சொல்லேன், நாங்க இப்ப கௌம்புனாக்கூட ராவுல வந்துருவோம். ஒரு இட்டு பாத்துட்டோம்னா கொஞ்ச நிம்மதியா போயிடும்ப்பா..."

"வேணாம் விடுங்க... இங்க இருக்க இருக்க எல்லாருக்கும் கஷ்டம்தான். எவ்ளோ நேரம் வச்சிக்கிறது."

"அதுவும் சரிதான். ஆனா கஷ்டமா இருக்குடா. புள்ளைபோல வளத்தது. கடைசியா ஒரு இட்டு பாத்துட்டா..."

"சரி, நான் வைக்கிறேன் அப்பா. அம்மாகிட்ட சொல்லிடு. ஒரு வாரத்துக்கு கவிச்சி சாப்பிடாதீங்க. இதுவும் நம்ம வூட்டு சாவுதான்."

“ஆமா… ஆமா… அதெல்லாம் கரெட்டா இருப்பேன்டா…”

“……”

“என்ன ஒன்னு… நம்மூரு பக்கமா இந்த சாவு இருந்திருந்தா எட்டூரு பறையைக் கூட்டி, இந்த சாவ நானே சும்மா ஜம்முன்னு தூக்கிருப்பேன். அந்தக் கொடுப்பன இல்லாமப் போச்சு. செரி… புள்ளைபோல பாத்துக்க. கடைசிவரைக்கும் இருந்து பார்த்துட்டு ரெவிக்கி (இரவு) பேசு…”

“ம்ம்ம்”

அம்மாவும், அப்பாவும் சொன்ன நேரத்தில் கிளம்பி வந்து விடுவார்கள். கொரானா காலம் என்பதால் அவர்களை இந்த விஷயத்தில் கஷ்டப்படுத்த விரும்பவில்லை. அப்படியே வந்தாலும் அவர்கள் அங்கிருந்து வந்து, அடித்துப் பிடித்து கிளம்பி துக்கத்தில் கலந்துகொண்டு உடனே கிளம்புவார்கள், காரணம் ஆடு - மாடுகளும், கோழிகளும் வீட்டில் இருப்பதால். எங்களை பார்க்க வந்தால்கூட காலையில் வந்து பார்த்துவிட்டு, அன்றைய இரவே கிளம்பிவிடுவார்கள். அப்படிப்பட்டவர்களை அவ்வளவு கஷ்டத்திற்குள் உட்படுத்த மனம் ஒப்பவில்லை.

போனை துண்டித்து பாக்கெட்டில் வைத்தேன். சின்ன மகள் தோளில் இருந்தபடியே தூங்கிவிட்டாள்.

- 14 -

கொரானாவின் அலைகள் குறையத் தொடங்கிய நாட்கள். மக்கள் பணமில்லாமல் அவதிப்பட்டு சென்னையிலிருந்து ஊருக்குச் சென்ற காலக்கட்டம். வட இந்தியாவிலிருந்து வேலைக்கு வந்தவர்கள், நடைபயணமாக சென்ற காட்சிகளெல்லாம் நடந்தேறிய நாட்கள்.

தெருவெல்லாம் வெறிச்சோடிக் கிடந்தன. பல வீட்டு கேட்டுகளில் 'வீடு வாடகைக்கு' என்று பலகைகள் தொங்கிக்கொண்டிருந்த நாட்கள். புதிய ஆட்சி மாற்றம் நடந்திருந்தது. பத்து வருடங்களுக்குப் பிறகு, புதிய முதல்வர் தமிழகத்தின் முதல்வரான காலமொன்றில், பத்து நாட்களுக்கும் மேலாக மழை பெய்து கொண்டிருந்தது.

கொரானாவிலும் வீட்டிலிருந்தபடியே நானும், அவ்வப்போது அலுவலகம் சென்றுகொண்டிருந்த தமிழரசியும் நிலாவையும், சின்ன மகளையும் கவனித்துக் கொண்டிருந்தோம். காலை எழுந்தவுடன் நான் மடிக்கணினியை எடுத்துக்கொள்வேன், அருகில் நிலா வந்து அமர்ந்துகொள்வாள். ஏதாவது பேசிக்கொண்டும், விளையாடிக்கொண்டும் எனது வேலைகளை செய்து கொண்டிருப்பேன்.

நிலா அவ்வப்போது எனது பெற்றோருக்கும் தங்கைகளுக்கும் காணொளி வாயிலாக பேசி விளையாடுவாள். நிலாவுக்கு எனது சின்ன தங்கையை மிகவும் பிடிக்கும். 'சின்னத்த' என்று கூப்பிடுவாள். எப்போதெல்லாம் பேசுகிறாளோ அப்போதெல்லாம் சண்டைதான். காணொளி வாயிலாகவே சண்டை போடுவாள், நிலா.

எனது அப்பாவுடன் பேசும்போது 'தாத்தா... ஏன் தாத்தா நீ இவ்ளோ கருப்பா இருக்க?' என்பாள். உடனே எனது அப்பா சொல்லுவார், 'உங்கப்பன் மட்டும் என்ன வெள்ளைக்காரன் கலரோ' என்று.

எனது அம்மாவுடன் மட்டும்தான் சண்டை எதுவும் செய்யாமல் பேசுவாள். அது என்னவோ தெரியவில்லை, எனது அம்மாவுக்கும், நிலாவுக்கும் அப்படி ஒரு பந்தம் இருந்தது. 'பெரிய பாப்பா, நீ ஊருக்கு வா... நாம ஊரு சுத்தப் போவலாம்.

கடைத்தெருக்கு போவலாம், வயவெளிக்கு போவலாம், போர் செட்டுக்கு குளிக்கப் போவலாம்' என்பாள். அது நிலாவுக்கு மிகவும் பிடித்திருந்தது.

அடுத்து தனது தங்கையை கொஞ்ச கிளப்பிவிடுவாள். திடீரென தமிழரசியும், நிலாவும் அடித்து புரளுவார்கள். வீடே ரணகளமாகியிருக்கும். நான் சென்று மத்தியசம் செய்து அவர்களை சேர்த்து வைப்பேன். இப்படித்தான் கொரானாவின் அடுத்தடுத்த அலைகளின் போதும், மழைக் காலங்களின் போதும் நாங்கள் இருந்த நாட்கள்.

இரவு நேரத்தில் மட்டும் மறக்காமல் நிலாவின் பாட்டிக்கும், பாட்டியின் அம்மாவாகிய பத்தாயாவிற்கும் பேசுவாள். அந்த மழை நாட்களில் நாங்கள் மட்டுமே நிலாவுடனும், சின்ன மகளுடனும் விளையாடிக்கொண்டும், பேசிக்கொண்டும் இருந்ததால் ஒரு மாற்றத்திற்காக பத்தாயாவை அழைத்து வந்து ஒரு வாரம் குழந்தையுடன் இருந்துவிட்டுப் போகுமாறு கூப்பிடலாம் என்று முடிவெடுத்திருந்தோம். பத்தாயா பாட்டியிடம் கேட்டால் கண்டிப்பாக வருவார் என்பது எங்களுக்கு நன்றாகவே தெரியும். நிலாவிடம் இந்தச் செய்தியை சொல்லவில்லை.

தொடர்ந்து பெய்துகொண்டிருந்தது மழை. வடசென்னையெங்கும் மழை, வெள்ளம் நிரம்பி மக்கள் அவதிப்பட்டுக் கொண்டிருந்தார்கள். சற்று மழை குறைந்திருந்த நேரம் பார்த்து, பைக்கை எடுத்துக்கொண்டு மாமனார் வீட்டிற்கு கிளம்பினேன். அன்றைய காலையில் எனது மாமியாரிடம் இதுபற்றிச் சொல்லியிருந்தேன். 'எங்கம்மாவும் தனியாவே தான்ப்பா உக்காந்திருக்கு. அங்கன்னா நிலா இருக்கும். ஏதாவது பேசிக்கிட்டாவது இருக்கும். கூட்டிகிட்டுப் போப்பா' என்று சொல்லியிருந்தாள்.

வீட்டின் வாசலில் பைக்கை நிறுத்திவிட்டு, வாசலில் எனது ரெயின் கோட்டை கழற்றி மாட்டிவிட்டு உள்ளே சென்றேன். பத்தாயா தயாராகவே இருந்தாள். அவளது கையில் அவருக்குத் தேவையான புடவைகள், பாவாடைகள், ஜாக்கெட்டுகள் என ஒரு பையை நிரப்பி வைத்திருந்தாள். மாமனாரிடமும், மாமியாரிடமும் சொல்லிவிட்டு, மழை மீண்டும் வருவதற்கு முன்னதாகவே வீட்டிற்குச் செல்ல வேண்டுமென்பதால் உடனே கிளம்பினேன். பத்தாயா பாட்டியால் பைக்கில் சரியாக உட்காரத் தெரியவில்லை. கொஞ்சமாக வண்டியை சாய்த்து வைத்து எனது இடது காலை தரையில் ஊன்றிக்கொண்டேன். மெதுவாக ஏறி அமர்ந்தாள். 'என்னைப் பிடித்துக்கொள்ளுங்கள்' என்றேன்.

‘வேணாம் நீ போப்பா. அதெல்லாம் கீழ வுழமாட்டன்’ என்றார். சிரித்துக்கொண்டே பைக்கை மெதுவாக ஓட்டினேன்.

‘எப்பா ஏதாவது கட பக்கமா வண்டிய நிறுத்துப்பா. நிலாக்கு ஏதாச்சும் திங்க வாங்கிட்டுப் போவோம்’ என்றாள். கடைகள் எதுவும் திறக்கவில்லை. திறந்திருந்த ஒன்றிரண்டு கடைகளிலும் மக்கள் முகக்கவசம் அணிந்தபடி, கூட்டம் கூட்டமாக நின்றிருந்தார்கள். வயதானவர் என்பதால் அந்தக் கூட்டத்தில் நின்று ஏதாவது வாங்கப் போய், கொரானாவை உடம்பில் ஏற்றிக்கொண்டால் என்ன செய்வதென்று நினைத்து, ‘அதெல்லாம் சாப்பிட வீட்டில் நிறைய இருக்கு. மழ வாரதுக்கு முன்னாடியே வீட்டுக்குப் போயிடுவோம்’ என்று சொல்லிவிட்டேன். மெதுவாக வண்டியிலிருந்து இறங்கச் சொல்லி வீட்டிற்குள் நுழைந்தோம்.

“நிலா… யார் வந்திருக்கா பாரு…”

“யாருப்பா” உள்ளிருந்து குரல் மட்டும் வெளியே வந்தது. பத்தாயா பாட்டியின் முகத்தைப் பார்த்தேன். சிரித்துக்கொண்டே குரல் வந்த திசையை பார்த்துக்கொண்டிருந்தாள்.

“ஐ… பத்தாயா..” என்று ஓடிவந்து கட்டிப் பிடித்துக் கொண்டாள்.

கையில் வைத்திருந்த நரம்பு பையை கீழே வைத்துவிட்டு, “நிலாக்குட்டி எப்படிடா இருக்க” என்றாள் பத்தாயா.

“நல்லாயிருக்கேன் ஆயா… நீ எப்படியாயா இருக்க. மேகலாயா வரலியா?”

“இல்லடா பட்டு. தாத்தாக்கு சமைச்சிக் கொடுக்கணும், மாமாவை வேலைக்கெல்லாம் அனுப்பணும்ல. அதனால அடுத்த வாரம் கண்டிப்பா மேகலாயா வரும்” என்று குழந்தைக்கு புரியும்படி ராகமாக பதில் சொன்னாள்.

“ப்ச்” பத்தாயாவை சோகமாக பார்த்தாள், நிலா.

“வா… வா… உள்ள போயி குட்டிப் பாப்பாவ பாக்கலாம்” நிலாவின் கையை பிடித்துக்கொண்டு உள்ளே போனாள். பத்தாயா. தமிழரசி சின்ன மகளுக்கு பால் கொடுத்துக் கொண்டிருந்தாள்.

★★★

ஹாலில் அமர்ந்துகொண்டு, மடிக்கணினியில் எனது வேலையை செய்துகொண்டிருந்தேன். நிலாவும், பத்தாயாவும், ஆயாவும் வாசல் பக்கத்தில் அமர்ந்துகொண்டு மழையை வேடிக்கை பார்த்துக்கொண்டிருந்தார்கள்.

"ஆயா... தாத்தா இப்ப எங்காயா இருப்பாரு?'

"தாத்தாதான் எறந்துட்டாரே."

"எறந்துட்டுன்னா என்னாயா?"

இப்படித்தான் பல கேள்விகளைக் கேட்டுக்கொண்டே இருப்பாள், நிலா. இதே போலொரு கேள்வியை ஒருமுறை என்னிடமும் கேட்டிருக்கிறாள்.

"அப்பா, ஒனக்கு தாத்தா இருக்காங்களா..."

"ஆமாடா..."

"உங்க தாத்தா எங்கப்பா இருக்காங்க" என்றாள். கொஞ்ச நேரம் திக்குமுக்காடிப் போய்விட்டேன். என்ன சொல்லுவது என்று யோசித்து, ஒரு முடிவுக்கு வந்தேன்.

"எங்க தாத்தா மண்ணுக்குள்ள போயிட்டாருடா."

"அப்பா... அது எப்படிப்பா மண்ணுக்குள்ள இருப்பாங்க. அங்க எப்படி வீடெல்லாம் இருக்கும்."

ஐயையோ! எப்படி இதை சமாளிப்பது என்று நினைத்துக்கொண்டு இருக்கும் நேரம் பார்த்து, தமிழரசி வந்தாள். அப்போது அவள் நிறைமாத கர்ப்பிணி.

"அவங்க தாத்தாவ ஏசப்பா கூட்டிட்டுப் போயிட்டாரு" என்றாள். நான் தமிழரசியைப் பார்த்தேன். நிலா என்னைப் பார்த்துவிட்டு கேட்டாள்,

"பாரும்மா, அப்பா எப்படி பொய் சொல்லிட்டா பாரு. ஏசப்பாகிட்ட போயிட்டாங்க உங்க தாத்தா" என்று தமிழரசியிடமும் சொல்லிவிட்டு, பிறகு என்னையும் பார்த்து சொல்லி நாக்கை கடித்தாள்.

இப்போது அதே போன்றதொரு கேள்வி பத்தாயா பாட்டியிடம் கேட்கிறாள். என்ன பதில் சொல்லப்போகிறாள் பத்தாயா பாட்டி என்று அவளை பார்த்துக்கொண்டிருந்தேன்.

"மேகலாயா வீட்டுக்கு ஒரு காக்கா வரும் தெரியுமா..."

"ஆமா."

"அதுதான் தாத்தா."

"காக்காதான், தாத்தாவா!"

"ஆமாடா, தாத்தா இறந்தபிறகு காக்காவா மாறி அடிக்கடி என்ன பாக்க வராரு. நான்கூட சாப்பாடு வைப்பேனே!"

"ஆமாயா..."

கொஞ்ச நேரம் அமைதியாக இருந்த நிலா, மீண்டுமொரு கேள்வியைக் கேட்டாள்.

"பத்தாயா... அப்போ நீ எறந்தாகூட காக்காவா வருவியாயா..."

"நான் அதுக்குள்ள இறக்க மாட்டேன்டா. நீ, நம்ம குட்டிப் பாப்பா எல்லாரு கல்யாணத்தையும் பாத்துட்டுதான் செத்துப்போவேன்."

நிலாவுக்கு கல்யாணம் என்பதெல்லாம் எதுவும் புரியவில்லை. மீண்டும் அதே கேள்வியைக் கேட்டாள்.

"சொல்லுயா... நீயும் காக்காவா வருவியாயா..?"

பத்தாயா பாட்டி சுதாரித்துக்கொண்டு "கண்டிப்பா வருவேன்டா..."

"அப்போ தாத்தா காக்கா"

"அது என்கூட ஏசப்பாகிட்ட வந்துடும். நான் உன்னையும், குட்டிப் பாப்பாவையும் பாக்க அடிக்கடி வருவேன்."

"சரியாயா" என்று தலையை ஒருவாறு அசைத்தாள், நிலா.

"நிலா, ஆயா செத்துட்ட பொறகு காக்காயா வந்தா சாப்பாடுல்லாம் வெப்பியாடா?"

"ம்ம்ம்... நெறய வப்பேன் ஆயா..."

அந்த பேச்சு, வழக்கத்திற்கு மாறாக செல்வதை கவனித்த நான், அவர்களின் பேச்சை மாற்ற முயற்சித்து,

"நிலா, அப்பா லேப்டாப்ல பொம்மை கேம் விளையாடலாம் வரியா, அப்பாவுக்கு போரடிக்குதுடா" என்றேன்.

"ஐ கேம்" குதித்துக்கொண்டே என்னிடம் வந்தாள் நிலா.

- 15 -

பத்தாயாவைப் பார்க்க பலதரப்பட்ட மக்கள் வந்துகொண்டும், போய்க்கொண்டும் இருந்தார்கள். மதிய நேரம் பத்தாயா சென்ற சர்ச்சின் பாஸ்டர் வந்தார். அவருடன் இன்னும் சில போதகர்கள் வந்தார்கள். பெண் போதகர்களும் வந்தார்கள். இன்னும் அக்கம் பக்கத்து சர்ச் ஊழியக்காரர்களும் வந்தார்கள். ஒவ்வொரு குழுவாக பத்தாயாவை வைக்கப்பட்ட அந்த கண்ணாடிப் பெட்டிக்கு முன்னால் நின்றுகொண்டு பாடல் பாடியபடியும், அது முடிந்ததும் ஜெபம் செய்து முடித்து, அங்கிருந்து நகர்ந்து அமர்ந்தார்கள். இப்படியாக ஒவ்வொரு குழுவாக பாடலும் ஜெபமும் செய்து, அவர்களது இறுதி மரியாதையை செலுத்திக்கொண்டிருந்தார்கள்.

கடைசியாகத்தான் பத்தாயா செல்லும் சர்ச் ஊழியர்கள், பெண் ஊழியர்கள் மற்றும் பாஸ்டர் அவர்கள் வந்து பாடலைப் பாடினார்கள். மிக நீண்ட நேர பாடல் -

பரலோகமே என் சொந்தமே
என்று காண்பீரோ...
பரலோகமே என் சொந்தமே
என்று காண்பீரோ...
என் இன்ப ஏசுவை
எங்கு காண்பேனோ..
......
......
......
அழைப்பின் சத்தம் கேட்டு நானும்
ஆயத்தமாகிடுவேன்
அழைப்பின் சத்தம் கேட்டுநானும்
ஆயத்தமாகிடுவேன்
நாட்களும் நெருங்குதே
வாஞ்சையும் பெருகுதே...

என்று பாஸ்டர் உருக்கமாக பாடினார். கூட்டத்தில் நின்ற அனைவரும் கைகளை உயர்த்தி அவருடன் சேர்ந்து பாடிக் கொண்டிருந்தார்கள். அவர்களது எல்லோரின் கண்களிலுமிருந்தும் கண்ணீர் கொட்டிக்கொண்டிருந்தது.

அது முடிந்ததும், ஜெபம் செய்தார் பாஸ்டர்...

"ஒன்று கொரிந்தியர் பதினைந்தாம் அதிகாரம், பன்னிரெண்டாம் வசனம் முதல் இருபத்தைந்தாம் வசனம் வரை யாராவது வாசியுங்கள்" என்றார்.

அவரோடு வந்திருந்த ஒரு சகோதரி அந்த வசனத்தை வாசித்தார்.

12. கிறிஸ்து மரித்தோரிலிருந்து எழுந்தாரென்று பிரசங்கிக்கப் பட்டிருக்க, மரித்தோரின் உயிர்த்தெழுதலில்லையென்று உங்களில் சிலர் எப்படிச் சொல்லலாம்?

13. மரித்தோரின் உயிர்த்தெழுதலில்லாவிட்டால், கிறிஸ்துவும் எழுந்திருக்கவில்லையே.

14. கிறிஸ்து எழுந்திருக்கவில்லையென்றால், எங்கள் பிரசங்கமும் விருதா, உங்கள் விசுவாசமும் விருதா.

15. மரித்தோர் உயிர்த்தெழாவிட்டால், தேவன் எழுப்பாத கிறிஸ்துவை அவர் எழுப்பினாரென்று நாங்கள் தேவனைக் குறித்துச் சாட்சி சொன்னதினாலே, தேவனுக்காகப் பொய்ச்சாட்சி சொல்லுகிறவர்களாகவும் காணப்படுவோமே.

16. மரித்தோர் உயிர்த்தெழாவிட்டால், கிறிஸ்துவும் எழுந்திருக்கவில்லை.

17. கிறிஸ்து எழுந்திராவிட்டால், உங்கள் விசுவாசம் வீணாயிருக்கும்; நீங்கள் இன்னும் உங்கள் பாவங்களில் இருப்பீர்கள்.

இருபத்தைந்து வசனங்களையும் சொல்லி, அல்லேலூயா என்று முடித்தார், அந்தக் கிருஸ்துவ சகோதரி.

அடுத்ததாக பாஸ்டர் அவருக்கு முன்னால் இருந்த கண்ணாடி பெட்டியைப் பார்த்தவாறு, வெளிபடுத்துதல் அதிகாரம் பதினாலு, பதிமூணாவது வசனம் -

பின்பு பரலோகத்திலிருந்து ஒரு சத்தம் உண்டாகக் கேட்டேன். பின்பு, பரலோகத்திலிருந்து ஒரு சத்தம் உண்டாகக் கேட்டேன்; அது: கர்த்தருக்குள் மரிக்கிறவர்கள் இதுமுதல் பாக்கியவான்கள் என்றெழுது; அவர்கள் தங்கள் பிரயாசங்களை

விட்டொழிந்து இளைப்பாறுவார்கள்; அவர்களுடைய கிரியைகள் அவர்களோடே கூடப்போகும்; ஆவியானவரும் 'ஆம்' என்று திருவுளம் பற்றுகிறார் என்று சொல்லிற்று." அல்லேலூயா என்று அவரும் முடித்தார்.

மீண்டும் அவரே தொடங்கினார்,

"எல்லோரும் கண்களை மூடி ஜெபம் செய்வோம்...

பரிசுத்த பிதாவே இந்த ஆசீர்வதிக்கப்பட்ட இந்த மத்தியான வேலைக்காக உமக்கு நன்றி செலுத்துகிறோம். ஆண்டவரே இந்த தாயாரை இந்த உலகத்திலே இத்தனை ஆண்டுகளாக ஜீவனோடு, சுகத்தோடு, பெலத்தோடு வைத்து, ஆண்டவரே ஒரு குறித்த காலம் வரும்போது உம்முடைய ராஜ்யத்திற்குள் எடுத்துக் கொண்டமைக்காக, ஆண்டவரே, உமக்கு நன்றி செலுத்தி, உம்மை துதிக்கிறோம். ஆண்டவரே, இந்தக் கடைசி நேரத்திலே, ஆண்டவரே நாங்கள் உம்மிடத்திலே வந்து நிற்கிறோம். ஆண்டவரே, இந்த நல்ல தாயாரை நல்ல அடக்கம் செய்வதற்காக இப்போது நாங்கள் ஆயத்தப்படுகிறோம் ராஜா. இப்போது நாங்கள் புறப்பட ஆரம்பிக்கிறோம். உம்முடைய பிரசன்னம் எங்கள் மத்தியிலே கடந்து வரட்டும் என்று நாங்கள் ஜெபிக்கிறோம். ஆண்டவரே இதுவரையில் நேர்த்தியாய் நடத்திக்கொடுத்த ஆண்டவர் இப்பொழுது நாங்கள் அம்மாவை கொண்டுபோய் நல்லடக்கம் செய்யவிருக்கிறோம். நாங்கள் புறப்படும்போது உம்முடைய பிரசன்னம், உம்முடைய மகிமை எங்களை சூழ்ந்திருக்கட்டும். தாயாரை விட்டு பிரிந்திருக்கின்ற எல்லாருக்கும் ஆண்டவரே, ஆறுதலையும், தேறுதலையும், சமாதானத்தினையும் கிடைக்குமாறு கட்டளையிடுவீராக... ஆறுதலற்று இருக்கிற உம்முடைய ஆண்டவரே, பிள்ளைகளுக்கு நீ சகலவிதமான ஆறுதலைக் கொடுப்பீராக. பிள்ளைகளை ஆறுதல்படுத்தும், பலப்படுத்துவீராக, இயேசு கிருஸ்துவின் நாமத்தினாலே ஜெபிக்கிறோம் நல்ல பிதாவே... ஆமென்"

அவரைத் தொடர்ந்து எல்லோரும் சொன்னார்கள்

'ஆமென்'

எல்லோரும் ஒவ்வொருவராக கலையத் துவங்கினார்கள். பத்தாயாவைச் சுற்றி, வெள்ளை உடையணிந்த சகோதரிகள் கூட்டம் அவரை கிட்டத்தில் சென்று பார்த்தார்கள். பிறகு கொஞ்சம் கொஞ்சமாக கூட்டம் கலைந்தது.

எனது சின்ன மகள் என் நெஞ்சில் படுத்திருந்தாள். பெரிய மகள் விளையாடிவிட்டு வந்து என் மடியில் அமர்ந்திருந்தாள்.

மாலை நேரம் கூட்டம் பரபரப்பானது. பத்தாயாவை அடக்கம் செய்யும் நேரம் வந்தது. ஒரு வாகனம் வந்து நின்றது. அந்த வாகனத்தை சுற்றி மாலைகளை கட்டி அலங்கரித்தார்கள். தமிழரசியும், அவளது தங்கையும் அந்த வாகனத்தை தொட்டுப் பார்த்து அழுதுகொண்டே இருந்தார்கள்.

தமிழரசியின் அம்மாவைத் திருமணம் செய்து கொடுத்த காலத்தில் வியாசர்பாடிக்குப் பக்கத்தில் உள்ள ஒரு பணக்காரரின் வீட்டுப் பண்ணையில் வேலை செய்திருக்கிறாள், பத்தாயா. அங்கிருக்கும் பறவைகள், கால்நடை விலங்குகள் மற்றும் தோட்டத்தில் உள்ள செடி - கொடிகள் என எல்லாவற்றையும் ஒற்றை ஆளாய் கவனித்திருக்கிறாள். தமிழரசி பிறந்த காலக்கட்டத்தில், வேலையை முடித்துக்கொண்டு, வரும் வழியின் தின்பண்டமோ அல்லது தமிழரசியின் அம்மாவுக்கு சாப்பிடுவதற்கு என்று ஏதாவது தினம் தினம் வாங்கி வந்து குழந்தையை பார்த்துவிட்டுத்தான் தனது வீட்டிற்கு செல்வாளாம்.

அதே போலவே, தமிழரசியின் கூடப்பிறந்த ஒவ்வொரு குழந்தைகளையும் ஒவ்வொரு நாளும் மாலை நேரத்திலோ அல்லது இரவு நேரத்திலோ வந்து பார்க்காமல் சென்றதில்லை. காசு - பணம், சாப்பாடு, தின்பண்டங்கள் என பாசத்தை பல வடிவங்களை கொட்டித் தீர்த்த பத்தாயா இன்னும் சற்று நேரத்தில் இந்த வாகனத்தில் அமைதியாக செல்லப் போகிறாள் என்பதாலோ என்னவோ! தமிழரசியும், அவளது தங்கையும் அந்த வாகனத்தை தொட்டுப் பார்த்து அழுதுக் கொண்டிருந்தார்கள்.

பத்தாயாவை வாகனத்தில் ஏற்றினார்கள். பக்கத்தில் நின்றுகொண்டிருந்த எல்லோரும் அழுகுரலை எழுப்பினார்கள். பத்தாயாவின் பக்கத்து வீட்டில் குடியிருந்த இன்னொரு பாட்டி தரையில் விழுந்து புரண்டார். அவளது மகள் அந்தப் பாட்டியை தூக்கி மடியில் தாங்கிக்கொண்டாள். ஒரே அழுகுரல், ஓலம், ஒப்பாரியாக இருந்தது அந்த இடம்... முதன் முறையாக பத்தாயா ஒரு வாகனத்தில் படுத்துக்கொண்டே செல்லும் காட்சி எங்களையெல்லாம் என்னென்னவோ செய்தது.

மிக முக்கியமான நிகழ்வுகளுக்காக பல ஊர்களுக்கு நாங்கள் சென்றிருக்கிறோம். இரவு நேரத்தில்கூட பத்தாயா தூங்கியது இல்லை. வாகனத்தில் தூங்கினால் தூக்கம் வராது என்பது

அவளுடைய எண்ணம். ஊருக்குச் சென்ற பிறகு பகல் வேளையில் தூங்குவாள், பத்தாயா. ஒருநாளும் இப்படி வாகனத்தில் படுத்துக்கொண்டு சென்றதே இல்லை.

நானும் தமிழரசியும் எனது பைக்கில் சென்றோம். தமிழரசியின் கையில் எனது சின்ன மகள். நிலா அவரது தாத்தாவின் பைக்கில் வந்தாள். வாகனத்திற்கு முன்பாக பாஸ்டர் சென்றுகொண்டிருந்தார்.

கல்லறை வந்தது. நாங்கள் வருவதற்கு முன்னதாகவே குழி தோண்டப்பட்டிருந்தது. ஒவ்வொருவராக அந்தக் குழியை நோக்கி வந்து சேர்ந்தோம். அந்தக் குழிக்கு அருகில் நிலா நின்றுகொண்டிருந்தாள். நான் எனது சின்ன மகளை தூக்கி, தோளில் போட்டபடி நின்றேன். எனது சின்ன மச்சானும் இன்னும் இரண்டு பேர் சேர்ந்து பத்தாயாவை குழிக்கு அருகில் வைத்தார்கள்.

பாஸ்டர் பாடலை பாடத் துவங்கினார்...
மண்ணில் வாழ்ந்து செல்லும் மனிதா
விண்ணில் தேவன் இன்பம் தருவார்.
அன்று உன்னை அழைத்த தேவன்
இன்று உன்னை அழைக்கிறார்.
......
......
......

கடைசிப் பாடலை பாஸ்டர் பாடினார். எல்லோர் கண்களும் கலங்கின. தமிழரசியின் அம்மாவும், தங்கையும் சத்தமாகவே அழுதார்கள்.

எல்லோரும் கண்களை மூடி ஜெபிப்போமாக! என்றார், பாஸ்டர். ஜெபம் செய்யப்பட்டது.

பரலோக பிதாவே... என்று துவங்கினார் ...

- 16 -

மச்சானும் இன்னொரு தம்பியும் பத்தாயாவை குழிக்குள் இறக்கினார்கள். தமிழரசியின் அம்மாவின் கண்களில் கண்ணீர் கொட்டியது. தமிழரசியின் கண்களிலும்தான். பத்தாயாவை நிலா முறைத்தவாறு நின்றுகொண்டிருந்தாள். நான் நிலாவுக்கு அருகில் நின்றுகொண்டிருந்தேன்.

“எல்லாரும் ஒருமுறை மொகத்தப் பாத்துக்கோங்க” என்றார் ஒருவர்.

எல்லோரும் பத்தாயாவை எட்டிப் பார்த்தார்கள். நிலா என் கையை இறுகப் பற்றிக்கொண்டு மெதுவாக எட்டிப் பார்த்தாள். அவளது கண்களில் கண்ணீர் வரவேயில்லை. காரணம் என்னவென்றும் அப்போது எனக்குப் புரியவில்லை.

“ஆளுக்கொரு கைப்பிடி மண்ணள்ளி போடுங்க” என்று குழிக்குள் நின்ற ஒருவர் சொன்னார். அதற்கு முன்னதாகவே, பத்தாயாவை கிடத்தப்பட்டிருந்த சவப்பெட்டிக்குள் உப்பைக் கொட்டி நிரப்பியிருந்தார்கள்.

பத்தாயாவின் மகன் தனது முதல் கைப்பிடி மண்ணை அள்ளிப் போட்டார். அங்கிருந்து தள்ளி வந்து கதறி அழுதார். அதனைத் தொடர்ந்து எல்லோரும் மண்ணை அள்ளி போட்டார்கள்.

நிலா தனது இடது கையால் எனது சுண்டு விரலை பற்றிக்கொண்டு, வலது கையால் சரியாக பத்தாயாவின் வயிற்றில் மண்ணைத் தூவினாள்.

குழிக்குள் நின்றவர், மேலே ஏறி வந்தார். அவருடன் இருந்த மற்ற இருவரும் சேர்ந்து மண்வெட்டியால் மண்ணை அள்ளி குழிக்குள் போட்டார்கள். மெதுவாக பத்தாயாவின் முகம் மண்ணால் புழுதி பறக்க ஒரு மங்கலான வண்ணத்தில் மறைந்து போனது... வானை முட்டும் அழுகுரல் கேட்டுக்கொண்டே இருந்தது. அப்போது அருகில் எங்கிருந்தோ ஒரு பறவைக் கூட்டம் படபடவென பறந்து செல்லும் சப்தம் கேட்டது. திரும்பிப் பார்த்தேன். சற்று அருகில்தான் பறந்துகொண்டிருந்தன. அது காக்கை கூட்டம்.

குழியை முழுவதுமாக மூடியபின், கல்லறை கட்டுவதற்காக சில அடையாளங்களை அங்கே வைத்துவிட்டு ஒவ்வொருவராக அங்கிருந்து நகர்ந்தார்கள். நிலா எனது கையை இறுகப் பற்றிக்கொண்டு அந்த மண் குவியலை வெறித்து பார்த்துக்கொண்டிருந்தாள். நான் நிலாவை கையை பற்றி இழுத்தேன். அவள் தீர்க்கமாக அங்கேயே நின்றுகொண்டிருந்தாள்.

"வாடா"

"பத்தாயா..."

என்று சொன்ன நிலாவின் கண்களிலிருந்து கண்ணீர் ஒரு பெரிய அலையை போல அடித்துக் கொண்டிருந்தது. நிலாவை பார்த்த என்னால் எனது கண்ணீரைக்கூட கட்டுப்படுத்த முடியவில்லை. இப்படி அவள் அழுது நான் பார்த்ததேயில்லை. அவள் அழுவதைப் பார்த்த என்னால் அழாமல் இருக்கவும் முடியவில்லை. என்னையறியாமல் நானும் அழுதுகொண்டிருந்தேன்.

யார் இறந்த போதும் நான் இப்படி அழுததில்லை. நிலா அழுகிறாள். நானும் அழுகிறேன். எனது கையிலிருக்கும் எனது சின்ன மகள் கண்களை சுருக்கி, என் கண்களைப் பார்க்கிறாள். நிலாவை எனது இடுப்பில் சாய்த்துக்கொண்டேன்.

"வாடா போலாம்."

"பத்தாயா இனிமே வராதாப்பா?"

என்னுடைய வாழ்நாளில் நிலா இதுவரை கேட்ட எல்லா கேள்விகளுக்கும் முடிந்தவரை பதில் சொல்லியிருக்கிறேன். முதன் முறையாக அழுதுகொண்டே கேட்கிறாள், எனது மகள். ஏதாவது ஒரு பதில் சொல்லி அவளை ஆறுதல்படுத்த வேண்டும். அந்த ஆறுதல் வார்த்தை என்னிடமிருந்து அந்த கல்லறை நிலத்தில் கிடைக்கவே இல்லை. என் இதயத்திலிருந்தும், என் உடலின், மூளையின் கடைசி எல்லைவரை தேடிப் பார்த்தேன். அவளது கேள்விக்கு எந்த பதிலும் எனக்குக் கிடைக்கவேயில்லை. பக்கத்தில் ஒரு காக்கையும்கூட எனது பதிலுக்காக காத்திருப்பது போல என்னையே வெறிக்க பார்த்துக்கொண்டிருந்தது.

நாங்கள் நின்றுகொண்டிருப்பதைப் பார்த்த தமிழரசி எங்களை பார்த்து 'வாங்க' என்பதுபோல கைகாட்டினாள். நிலா வர மறுக்கிறாள். என் இடுப்பில் சாய்ந்திருந்த நிலாவின் கண்ணீர்

எனது டீசர்ட்டில் ஒரு வரைபடத்தை வரைந்து அந்த ஈரம் என் உடம்பில் சில்லென பரவிக்கொண்டிருந்தது.

“ஆயா, யேசப்பாகிட்ட போகணும்னு ஆசைப்பட்டு போறாங்கடா...”

அப்படியே நிலாவின் கையைப் பற்றிக்கொண்டு மெதுவாக நடந்துகொண்டே பதில் சொல்லிக்கொண்டிருந்தேன். இல்லையில்லை உண்மையிலேயே நிலாவை சமாளிக்க பொய் சொல்லிக்கொண்டிருந்தேன்.

தேம்பிக்கொண்டே நிலா அதற்கு ஒரு பதில் சொல்கிறாள்.

“அதுக்குள்ள எதுக்கு போகணும். யேசப்பாதான் நம்மகூட இருக்காருல்ல. அப்ப ஆயாவும் நம்ம கூட தான இருக்கணும்.”

ஆமாம். ஏசப்பா நம்மகூட இருக்காருன்னு அடிக்கடி பத்தாயா சொல்லி நான் கேட்டிருக்கிறேன். நிலாவின் பதிலுக்கு பின்னால் கண்டிப்பாக பத்தாயாதான் இருக்கிறாள்.

பதிலேதும் சொல்லாமல் நிலாவை அணைத்தவாறு அங்கிருந்து மெதுவாக கூட்டிக்கொண்டே வந்தேன். கல்லறைக்கு அருகிலுள்ள தார் சாலையில் நின்று கொண்டு மீண்டும் பத்தாயாவை புதைத்த அந்த மண் குவியலை நோக்கி வெறித்துக்கொண்டு நின்றாள், நிலா.

நிலாவின் ஒவ்வொரு செயலும் என்னை நிலைகுலைய வைத்தது. அவளிடம் ஆறுதல் சொல்ல வார்த்தைகளற்ற மனிதனாய் அவளுக்கு முன்னால் நிற்கும் வலியை என்னால் ஏற்றுக்கொள்ளவே முடியவில்லை. அந்த கொடுமையை என்னால் விளக்கவே இயலவில்லை. கிட்டத்தட்ட வார்த்தைகளற்று நிற்கதியாய் நின்றேன் என்றுகூட சொல்லலாம்.

இப்போதும்கூட ஒரு காக்கைக் கூட்டம் படபடவென சிறகடித்துக்கொண்டு வானை நோக்கிப் பறந்து சென்றது. நிலா அந்த காக்கைக் கூட்டத்தையும் பார்க்கிறாள். மீண்டும் திரும்பி பத்தாயாவின் கல்லறையை பார்க்கிறாள். நான் நிலாவை பார்க்கிறேன். என் சின்ன மகள் நிலாவை பார்க்கிறாள்.

தமிழரசியின் அப்பா என் பெயர் சொல்லி அழைத்து ‘சீக்கிரம் வாங்க’ என்று அழைத்தார்.

நிலாவை இடுப்போடு அணைத்துக் கொண்டு அவர்களை நோக்கிச் சென்றேன். நிலா இப்போதும்கூட அந்த கல்லறையை முறைத்துக் கொண்டேதான் வருகிறாள். தூரத்திலிருந்து ஒரு பாடல், இளையராஜாவின் குரலில் ஒலிக்கிறது,

"ஆத்ம ராகம் ஒன்றில்தான்
ஆடும் உயிர்கள் என்றுமே...
உயிரின் ஜீவநாடிதான்
நாதம் தாளம் ஆனதே...
உயிரில் கலந்து பாடும்போது
எதுவும் பாடலே..."

அதுவரை மறைத்து வைத்திருந்த என் அத்தனை சோகங்களும் கண்ணீராக நிலாவின்மீது கொட்டியது. நிலா என்னை மேல்நோக்கிப் பார்த்தாள். நான் நிலாவை பார்க்கவேயில்லை. மீண்டும் அந்தப் பாடல் கேட்டது,

"இதயம் ஒரு கோவில்..."

- 17 -

கல்லறையிலிருந்து ஒவ்வொருவராக எதுவும் பேசிக்கொள்ளாமல் சென்றுக் கொண்டேயிருந்தார்கள். நானும், தமிழரசியும் பைக்கில் ஏறினோம். நிலா அவளது தாத்தாவின் பைக்கில் ஏறிக்கொண்டாள். நான் நிலாவைப் பார்த்தேன். நிலா கல்லறையின் வாசலை பார்த்துக்கொண்டிருந்தாள்.

"பாத்து கூட்டிட்டு வாங்க" என்று மாமனாரிடம் சொல்லிவிட்டு, அங்கிருந்து நாங்கள் கிளம்பினோம். நிலாவை கூட்டிக்கொண்டு மாமனார் கிளம்பினார். சாலைகள் எங்கும் செவ்வந்தியும் ரோஜாவும் தூவப்பட்டிருந்தது. அந்த எல்லாப் பூக்களிலும் பத்தாயாவும், நிலாவும் சேர்ந்து அமர்ந்திருக்கும் காட்சி தெரிந்தது.

மெதுவாக வானம் இருட்டிக்கொண்டு வந்தது. பைக்கை முப்பதுக்கு மேல் ஓட்டவேயில்லை. தமிழரசி என்னிடமோ நான் அவளிடமோ எதுவும் பேசவில்லை.

நான் ஏன் அழுதேன் என்பதற்கான காரணம் மட்டும் இதுவரையில் எனக்கு புரியவேயில்லை. எனது அம்மாவைப் பெற்ற அம்மா இறந்தபோது வராத கண்ணீர், எனது அப்பாவைப் பெற்ற அம்மா இறந்தபோது வராத கண்ணீர் இப்போது வந்ததற்கான காரணத்தை சாலையெங்கும் பார்த்தவாறு யோசித்துக்கொண்டே வந்தேன். பெரிய காரணமாக இருக்க வாய்ப்பேதும் இல்லை. அநேகமாக, நிலா அழும் காட்சி எனக்குள் கண்ணீரை கிளப்பியிருக்கலாம். அல்லது நிலாவின் அடுத்தடுத்த நாட்களை எப்படி அவளால் கடக்க முடியும் என்று அவளது பக்கம் நின்று நான் யோசித்திருக்கலாம்... ஆனால் நிலா அழுதாள், ஆகவே நான் அழுதிருக்கிறேன் என்பதை எனக்குள்ளே சொல்லிக்கொண்டே வந்தேன். ஆம், அதுவாகக்கூட இருக்கலாம்.

எனது பாட்டிகள் கொடுக்காத அன்பை, பத்தாயா எனக்கு கொடுத்ததில்லை. அதற்கான அவசியம் அங்கு நிலவவில்லை. எனது பாட்டிகளின் எந்தச் சாயலும் பத்தாயாவிடம் இல்லை.

எனது பாட்டிகளின் வாழ்க்கை முறை வேறு, பத்தாயாவின் வாழ்க்கை முறை வேறு. எனது பாட்டிகள் கோவிலில் உடுக்கை ஒலிக்கு கொங்கை துள்ள சாமியாடுவார்கள். பத்தாயா சர்ச்சில்

முக்காடு போட்டுக்கொண்டு ஜெபம் செய்வாள். எனது பாட்டிகள் வாயில் எச்சில் ஒழுக, புகையிலை கலந்த வெற்றிலை பாக்கை போட்டு, எச்சிலை வீட்டு வாசலில் துப்புவார்கள். அப்படியான எந்த வாழ்வியல் முறையோ, சாயலோ இல்லாத பத்தாயா கண்டிப்பாக எனது மகளின் கண்ணீர் வழியாகவே என்னுள் புகுந்து எனது கண்ணீர் வளையத்தை உடைத்திருக்கிறாள். ஆமாம், இதுதான் உண்மையாக இருக்கும் என்று நான் நினைத்துக் கொண்டேன்.

எனது அம்மாவைப் பெற்ற அம்மா என் மனக்கண்ணில் இப்போது வந்து நிற்கிறாள். வறட்டி பொறுக்கப் போன ஒரு நாளில் எனது பாட்டி என்னிடம் சொன்னாள்,

"தோ தெரியுது பாரு, அதுதான் அய்யனார் கோயிலு, அது ரொம்ப சத்தியுள்ள கோயிலு, தப்புகிப்பு பண்ணிட்டு அந்த வழியா போனா நம்மள பழி வாங்கிடும். அதனால நல்ல புள்ளையா இருந்துக்கணும். அம்மாப்பா பேச்ச கேக்கணும்.. சரியா!"

வறட்டிகள் பொறுக்கிக்கொண்டே தூரத்தில் தெரிந்த ஐயனார் கோவிலை பார்த்தேன். முறுக்கிய மீசையுடன் ஒய்யாரமாக உக்கார்ந்திருந்தார், ஐயனார்.

"ஆத்தா, ஐயனாரு சாமிதான."

"ஆமா"

"சாமின்னா பாசமாதான பாக்கணும். அப்பறம் ஏன் கோவமா பாக்குறாரு"

"அதுவா, நாட்டுல எவனும் தப்புத்தண்டா பண்ணினா பயமுறுத்தணும்ல, அதனால அப்படி இருக்காரு. அவரப் பாத்தா தப்பு பண்ணினவன்தான் நடுங்குவான். மத்த யாரும் நடுங்கக் கூடாது... சரியா..."

என்ன காரணத்திற்காக இந்தக் காட்சி எனக்குள் வந்தது என்று தெரியவில்லை. ஆனால் எனது ஆத்தா, அதன் மூலமாக எனக்குள் ஒரு பாடத்தை புகுத்தியிருந்தாள். அப்படிப்பட்ட ஆத்தா இறந்தபோது என் கண்ணில் ஒரு சொட்டுக் கண்ணீர்கூட வரவில்லை.

இப்போது என் ஆத்தா என்னுடன் பேச முற்படுகிறாள். நான் வலுக்கட்டாயமாக ஆத்தாவை என் மனக்கண்ணிலிருந்து தூரமாக்கிக் கொண்டிருந்தேன்.

அடுத்து என் அப்பாவை பெற்ற அம்மா வருகிறாள்.

"லே... தம்பி... வேல செய்யிற எடத்துல கொழம்பு கொடுத்தாங்க, உங்கம்மாகிட்ட கொடு"

நான் பால்வாடி போய் திரும்பும் நேரங்களில் கொடுத்துவிடும். அந்தச் சின்ன தூக்குவாளியில் ஏதாவதொரு பழைய குழம்பு இருக்கும். வாசனையுடன் எனது அப்பத்தா வந்து நின்றாள். அதுவும் சரியாக இருக்காது என்று பழைய நினைவுகள் வராதபடி இருக்க தமிழரசியுடன் பேச்சுக் கொடுத்தேன்.

"பாப்பா தூங்கிடுச்சா?"

"காத்துல நல்லா தூங்குது" என்று அடைத்த குரலில் பதில் சொன்னாள்.

இரவின் வெளிச்சம் எங்களுக்கு பாதை காட்டியது. முன்னால் சென்ற வாகனங்கள், பக்கத்தில் எங்களைக் கடந்து செல்லும் வாகனங்கள் என எல்லாவற்றைம் வேடிக்கை பார்த்துக்கொண்டும், சாலையை கவனமாக பார்த்துக்கொண்டும் பைக்கை ஓட்டினேன்.

வீடு வந்தது. வாசலில் தண்ணீர் தெளித்திருந்தார்கள். பூவின் இதழ்கள் மட்டும் அங்கொன்றும் இங்கொன்றுமாக தெரிந்தன. இப்போது பத்தாயாவின் முகம் உடைந்தபடி கண்ணாடித் துகள்களைப்போல அதில் தெரிந்தது.

- 18 -

எல்லோரும் வீட்டிற்கு வந்து சேர்ந்தார்கள். தமிழரசியை வீட்டில் விட்டவுடன் நிலாவைத் தேடினேன். ஒரு ஓரத்தில் சுவற்றை உற்று பார்த்துக்கொண்டிருந்தாள். தமிழரசியைப் பார்த்து கண் காட்டினேன். புரிந்துகொண்டாள். நிலாவிடம் சென்றாள், தமிழரசி. நான் அனைவருக்கும் சாப்பாடு வாங்க வெளியில் கிளம்பினேன். எல்லோருக்கும் சாப்பாடு வாங்கிக்கொண்டு வீட்டிற்குள் நுழைந்தேன். தமிழரசியின் மடியில் நிலா படுத்திருந்தாள். மேலே பத்தாயாவின் புடவையை போர்த்தியிருந்தாள். என்னைப் பார்த்ததும் 'கிட்டே வா' என்பதுபோல் கையை காட்டினாள், நிலா. அருகில் சென்றேன்.

"அப்பா, ஏசப்பா நல்லவருதான..?"

"ஆமாப்பா"

"அப்பறம் ஏன் பத்தாயாவ கூட்டிட்டுப் போயிட்டாரு..."

"பத்தாயாவுக்கு ஏசப்பா புடிக்கும்தான... அதனால இருக்கும்டா."

"அப்ப பத்தாயாவுக்கு என்ன பிடிக்காதாப்பா?"

"உன்னதான் ரொம்ப பிடிக்கும்னு பத்தாயா அடிக்கடி சொல்லுமே."

"ஏசப்பா... ம்ம்... நானு.. ரெண்டு பேர்ல பத்தாயாவுக்கு யாரப்பா பிடிக்கும்.."

கொஞ்சம்கூட நான் யோசிக்கவில்லை...

"ஏசப்பாவுக்கு பத்தாயாவ பிடிக்கும். பத்தாயாவுக்கு உன்னதான் பிடிக்கும்."

மேலே சுற்றிக்கொண்டிருந்த பேனை முறைத்துப் பார்த்துக்கொண்டு "சரிப்பா.." என்றாள்.

நிலாவுக்கு கை சூப்பும் பழக்கம் உண்டு. கை சூப்பிக்கொண்டே பத்தாயாவின் மடியில் தூங்கிவிடுவாள். அப்போதும்கூட கை சூப்பிக்கொண்டுதான் இந்தக் கேள்விகளை கேட்டாள்.

தமிழரசியின் அம்மாவும், அப்பாவும் சாப்பிடத் துவங்கினார்கள். பத்தாயாவையே நினைத்து அழுதுகொண்டே

இருந்தார், தமிழரசியின் அம்மா. அவருக்கு ஆறுதல் சொல்லிக்கொண்டே இருந்தார், மாமனார். நிலாவின் தலையை கோதிக்கொண்டிருந்தாள் தமிழரசி.

பெரும்பாலும் வீடு இவ்வளவு அமைதியாக இருந்து நான் பார்த்ததே இல்லை. அங்கே நிலாவும் பத்தாயாவும் எதையாவது பேசிக்கொண்டும், சிரித்துக்கொண்டும் இருப்பார்கள். நான் ஏதாவது ஒரு புத்தகத்தை வாசித்துக் கொண்டிருப்பேன். பக்கத்து ரூமில் டீவியில் ஏதாவது நாடகம் ஓடிக்கொண்டிருக்கும். ஒரு பக்கம் சமையல் வேலை போய்க்கொண்டிருக்கும். ஆனால் இப்போது எல்லாமே தலைகீழாய் மாறியிருந்தது.

என் மகளின் செய்கைகள் என்னை மிகவும் துன்புறுத்தின. அன்றைய இரவை அவள் எப்படிக் கடந்து செல்வாள் என்பதையே மனம் யோசித்துக் கொண்டிருந்தது.

பொதுவாக தூங்குவதற்கு முன்னால் பத்தாயாவிடம் பேசிக்கொண்டே கையை சூப்பிக்கொண்டே அவரது அருகில் தூங்குவாள், நிலா. தூக்கம் வரும் நேரம் பார்த்து எங்கள் அருகில் வந்து படுத்துக்கொள்வாள். இதுதான் நிலாவின் இரவு நேர தூக்கத்திற்கு முன்னதான அன்றாட நடவடிக்கை. அன்று நிலா எதையோ பறிகொடுத்தது போல மேலே பார்த்துக்கொண்டு யோசித்துக்கொண்டே இருந்தாள்.

எல்லோரும் சாப்பிட்டு விட்டார்கள். ஆனால் யாரும் திருப்தியாக சாப்பிடவில்லை. அவரவர் பொட்டலத்தில் மிச்சம் மீதிகள் நிறைய இருந்தன. நிலாவை அழைத்தேன்.

“சாப்பிடலாமா டா?”

“வேணாம்ப்பா”

“ஏன்டா…”

“எப்போதும் பத்தாயா கூடதான சாப்பிடுவேன்.”

என்ன சொல்வேதென்று தெரியாமல் சாப்பாட்டில் நான் கை வைத்தேன். எனக்கும் பிடிக்கவில்லை. அப்படியே சுருட்டி பாலித்தீன் பையில் வைத்து முடிச்சிட்டு ஓரமாக வைத்தேன். தமிழரசி ஏதேதோ சொல்லி ஒரு இட்லியை ஊட்டிவிட்டாள். அதைப் பார்த்துக்கொண்டே அங்கிருந்து அடுத்த அறைக்கு சென்றுவிட்டேன்.

இரவு மணி இரண்டு இருக்கும். நிலா எனக்குப் பக்கத்தில் படுத்திருந்தாள். நெஞ்சோடு அணைத்துக்கொண்டேன். நிலாவின் மனதில் என்னென்ன ஓடியிருக்கும்..? என்பதை நினைத்துப்

பார்த்தேன். யாரிடம் பேசினாலும் புரியாத அந்த மொழியை பத்தாயாதான் எங்களுக்கு விளக்குவார். இப்போது நிலாவின் கோபத்தை, மகிழ்ச்சியை, பகிர்வை விளக்க யார் இருக்கிறார்..? நிலாவிடம் அந்த மொழியில் பேச யாருமில்லையே..?

நிலாவுக்கு என்னென்ன யோசனைகள் ஓடும் என்பதை நினைத்துப் பார்த்ததாலேயே என்னால் தூங்க முடியவில்லை. கண்டிப்பாக யாரும் தூங்கியிருக்க வாய்ப்பில்லை என்பது தெரியும். நிலா கண்டிப்பாக தூங்கியிருப்பாள். மெதுவாக எழுந்தேன்.

"இந்த நேரத்துல எங்க போற" என்றாள், தமிழரசி.

"தூக்கம் வரல... கொஞ்ச நேரம் வெளில போயிட்டு வரேன்."

"இரு, நானும் வரேன்."

"வேணாம் ரெண்டும் தூங்குது, எழுந்தா குழந்தைங்க பயந்திடும். நீ இரு. நான் போயிட்டு வரேன்."

மௌனமானாள் தமிழரசி. வெளியே சென்றேன். ஆங்காங்கே வீடுகளில் சிலர் தூங்காமல் இருப்பதற்கான குறியீடாக அவர்களது ஜன்னலில் வெளிச்சம் தெரிந்தது. இரவு நேர காற்று ஜில்லென்று வீசியது. மனமெல்லாம் நிலாவின் கண்ணீரைப் பற்றியே நினைத்துக் கொண்டிருந்தது. நாங்கள் வேலைக்குச் செல்லும் காலங்களில் நிலாவுடன் இருப்பவள் பத்தாயா மட்டும்தான். நிலாவின் பாட்டியுடன் இருந்த நேரத்தைவிட அவரின் அம்மாவான பத்தாயாவுடன் இருந்த நேரமே அதிகம் என்பது எங்களுக்குத் தெரியும். இனி அடுத்தடுத்த நாட்களை நிலாவால் எப்படிக் கடக்க முடியும்..? இனி, அவளை எப்படி நான் அணுக வேண்டும் என்பதை மாடியின் ஒரு ஓரத்தில் நின்று யோசித்துக் கொண்டிருந்தேன்.

கொலுசு சத்தம் கேட்டது, திரும்பினேன். அருகிலிருந்த தெருவிளக்கின் வெளிச்சத்தில் தமிழரசியின் முகம் நன்றாகவே தெரிந்தது.

"என்ன பண்ணிக்கிட்டு இருக்க..?"

"ஒண்ணுமில்ல... நீ ஏன் வந்த. குழந்தைங்க இருக்கு போ."

"நீயும் வா"

"நீ போ, வரேன்" என்று சொல்லிவிட்டு நடந்தேன்.

தமிழரசி முன்னாலே சென்றாள், நான் அவளது பின்னால் நடந்தேன்.

“சரி... நாங்க அழுதோம், அவங்க எங்க பாட்டி... நீ ஏன் அழுத...”

“நிலா அழுவுது. அதப் பார்த்து பார்த்து, எனக்கும் அழுக வந்துடுச்சி.”

“ம்ம்ம்”

ஒரு நீண்ட மௌனம். அறைக்குள் நுழைவதற்கு முன்னதாக அந்த மௌனத்தைக் கலைத்து,

“அந்த பிஞ்சி நெஞ்சுக்குள்ள என்னென்ன யோசிச்சிருக்கும்ல. இனிமே நிலா யாருகிட்ட அப்படி விளையாடும்..? யாருகிட்ட அவ்ளோ நேரம் பேசும்..? யாருகிட்ட சண்டை போடும்... ச்சா.. நெனைச்சாவே மனசெல்லாம் வலிக்குதும்மா...”

“இத நெனச்சுதான் நீ அழுத்திருக்க... அப்படித்தானே...”

“நீ ஒரு பைத்தியம்...”

“யாரு... நானு...”

“அப்போ நானா... போ... போயி தூங்கு...”

இது நகைச்சுவை உரையாடல் அல்ல. தமிழரசி என்னை சமாதானம் செய்ய அவள் நடத்தும் நாடக உரையாடல் என்பது எனக்கும் தெரியும்.

- 19 -

பத்தாயா இறந்த அடுத்த நாளின் விடியல். நான் எழுந்திருப்பதற்கு முன்னதாகவே எல்லோரும் எழுந்திருந்தனர். பக்கத்தில் யாரும் இல்லை. எல்லோரும் அடுத்த அறைக்கு சென்றிருந்தனர். ஆடைகளை சரி செய்துகொண்டு அங்கிருந்து கிளம்பி நானும் அடுத்த அறைக்குச் சென்றேன். அங்குதான் தமிழரசியின் அம்மாவும், அப்பாவும் தூங்குவார்கள். தமிழரசியின் அம்மா அழுதுகொண்டிருந்தார்.

தமிழரசியின் அம்மா, தனது அம்மாவை கூடவே வைத்திருந்தார். கடைசி காலம் வரை தன்னோடு இருக்க வேண்டும் என்று நினைத்து வைத்திருந்த பத்தாயா அதற்குள் போய் சேர்ந்துவிட்டார் என்று சொல்லி சொல்லி அழுதார்.

நிலாவைத் தேடினேன். எனது மாமனாரின் மடியில் விரல் சூப்பிக்கொண்டு, அவரது ஆயாவை பார்த்துக் கொண்டிருந்தாள். தமிழரசியின் மடியில் எனது சின்ன மகள் பால் குடித்துக் கொண்டிருந்தாள்.

நான் எதுவும் சொல்லாமல் அங்கிருந்து கிளம்பி வெளியே சென்றேன். காலை நேர வடசென்னை பரபரப்பாக இருந்தது. ஆங்காங்கே மீன் விற்றுக்கொண்டு செல்லும் பெண்மணிகள், காய்கறி வண்டியை சிறிய கையடக்க ஸ்பீக்கர் மூலமாக குரல் பதிவு செய்து விற்கும் மனிதர்கள், வேலைக்கு செல்லும் மனிதர்களை சுமந்து செல்லும் ஆட்டோக்கள், சாலையில் செல்லும் நீளமான லாரிகள், தூங்கிய முகத்துடன் பானிப்பூரி வண்டியை தள்ளிக்கொண்டு செல்லும் வடமாநில வாலிபர், அவனோடு கையில் ஒரு மணியை கையில் வைத்தபடி பேசியபடி பஞ்சுமிட்டாய் விற்கும் இன்னொரு வடமாநில பையன் என எல்லோரும் என்னைக் கடந்து சென்றார்கள். அப்படியே மெதுவாக நடந்து சென்று ஒரு டீ குடித்துவிட்டு, மீண்டும் வீட்டிற்குத் திரும்பினேன். அதற்குள் நிலா பெரிய ரகளை செய்து கொண்டிருந்தாள். அந்த சத்தம் கீழ்தளம் வரை கேட்டது. என்னவென்று பார்க்க வேகமாக படியேறி சென்றேன்.

"நான் ஸ்கூலுக்கு போனா, பத்தாயாவுக்கு யார் சாப்பாடு தருவா..." என்று தமிழரசியைப் பார்த்து நிலா கேட்டுக்கொண்டிருந்தாள். இதற்கு முன்னதாக என்னவெல்லாம்

நடந்திருக்கும் என்பதைப் புரிந்துகொண்டேன்.

“என்னன்னு நீங்களே கேளுங்க” என்று நிலாவை என்னை நோக்கி தள்ளி விட்டாள் தமிழரசி. நிலா தட்டுத்தடுமாறி வந்து என் இடுப்பை இருக்க அணைத்துக்கொண்டு மேல்நோக்கி என்னைப் பார்த்தாள்.

“என்னப்பா” நான்.

“அம்மா என்ன ஸ்கூல் போக சொல்லுதுப்பா... நான் ஸ்கூல் போயிட்டா, பத்தாயாவுக்கு யாருப்பா சோறு வப்பா..?” என்றதொரு மிகப்பெரிய கேள்வியை என்னிடம் கேட்டாள்.

எனக்கு எதுவும் புரியவில்லை. நான் என்ன என்பதுபோல் தமிழரசியை ஏறிட்டுப் பார்த்தேன். அவள் நிலாவைப் பார்த்தாள். புரிந்துகொண்ட நிலா அவளே சொன்னாள்.

“பத்தாயா என்ன சொல்லும்” என்று தனது இடுப்பில் ஒரு கையை வைத்துக்கொண்டு வலது கையின் விரல்களை மூடிக்கொண்டு ஆட்டி ஆட்டிக் கேட்டாள்.

நான் வந்த சிரிப்பை அடக்கி கொண்டு கேட்டேன், “என்ன சொல்லும்..?”

“பத்தாயா சாப்பிடுறதுக்கு முன்னாடி காக்காவுக்கு சோறு வைக்கும்தானே. அந்த காக்கா யாரு..?”

நிலாவை வாரித் தூக்கி நெஞ்சோடு அணைத்துக் கொண்டேன்.

ஆமாம்... பத்தாயாவின் வாழ்க்கை, கணவன் இல்லாத வாழ்க்கையாக அவர் ஒருபோதும் நினைத்தது இல்லை. தனது கணவன் இறந்த பிறகு, தனது மகள் வீட்டிற்கு வந்த நாள் முதலாக, ஜன்னலோரம் வந்து தனது பசிக்காக கத்தும் காக்காவை தன் கனவன்தான் என்று அடிக்கடி சொல்லுவார். அன்று முதலாக அந்த காகம் பத்தாயாவிடம் பழகியது. ஜன்னல் வழியாக உள்ளே வந்து சாப்பிடும் காட்சிகளைகூட நாங்கள் பார்த்திருக்கிறோம். பத்தாயா எப்போது சாப்பிட்டாலும், ‘கா... கா... கா...’ என்று அழைத்தால் போதும், எங்கிருந்தாலும் ஓடிவந்து ஜன்னலோர கட்டையில் அமரும். பத்தாயா என்ன சாப்பிடுகிறாரோ அதை வைப்பாள். அதை சாப்பிட்டுவிட்டு, அங்கிருந்து பறந்து அருகிலுள்ள மரக்கிளையில் அமர்ந்துகொள்ளும். நாளடைவில் உணவுக்காக அந்த காகம் வெளியில் எங்கும் செல்வதில்லை, அங்கேயே வந்து நிற்கும். விடிந்தால்கூட அந்த காக்கைதான் எல்லோரையும் எழுப்பும் என்பதும்கூட எனக்கு தெரியும்.

அதே நேரத்தில் பத்தாயாவும், நிலாவும் பேசிக்கொண்டதும் கண்முன்னால் வந்து போனது.

இதை மனதில் வைத்துக்கொண்டுதான் நிலா சொல்கிறாள் என்பதை நான் புரிந்துகொண்டேன். பிறகு தமிழரசியிடம் மெதுவாக சொல்லி, பத்தாயாவின் அன்று பள்ளிக்கு அனுப்பவில்லை. ஆனால் தமிழரசி நினைத்தது வேறு, பள்ளிக்கு சென்றால் பத்தாயா குறித்தான ஞாபகம் கொஞ்சம் கொஞ்சமாக குறையும் என்றுதான் நினைத்திருப்பாள் என்பதை என்னால் புரிந்துகொள்ள முடிந்தது.

காலை உணவும் யாரும் செய்யவில்லை. ஹோட்டலுக்கு சென்று தமிழரசி வாங்கி வந்தாள். எல்லோரும் சாப்பிட அமரும் நேரம் பார்த்து ஒரு துண்டு இட்லியை கையில் எடுத்துக்கொண்டு பத்தாயாவை தேடும் காக்கையை தேடினாள் நிலா. அந்த காக்கை அதே மரத்தின் கிளையில்தான் வீட்டையே பார்த்தபடி அமர்ந்திருந்தது. நிலா அந்த காக்கையை பார்த்து பத்தாயா போல 'கா... கா... கா...' என்று சொல்லி அழைக்கவில்லை. மாறாக "பத்தாயா... பத்தாயா... பத்தாயா..." என்று அந்த அழைத்தாள். நான் அவளுக்கு பின்னால் நின்றேன். அவள் என்னை கவனிக்கவில்லை. மறுபடியும் அந்த காக்கையை 'பத்தாயா' என்று பெயர் சொல்லியே அழைத்தாள். அப்போதும் அந்த காகம் வரவில்லை. திரும்பினாள் நிலா, பின்னால் நான் நின்றேன்.

"ஏம்ப்பா... பத்தாயா வர மாட்டேங்குது..?"

"நீ அந்தக் கட்டையில வச்சிட்டு வா... மெதுவா சாப்பிடும்"

"ஆயா... என்னப் பாத்து பயப்படுத்தாப்பா..?"

"உன்னப் பாத்து ஏம்ப்பா பயப்படுவாங்க...? கொஞ்சம் பழகணும்ல" என்றேன்.

அந்த காகம் 'பழைய காகம்' என்பது எங்களுக்குத் தெரியும். ஆனால் அந்த காகத்தை பத்தாயா என்றே நம்பிவிட்டாள் நிலா. ஏனெனில், பத்தாயா அப்படித்தானே சொல்லியிருந்தார்.

கையிலிருந்த இட்லித் துண்டை கட்டையில் வைத்துவிட்டு காகத்தைப் பார்த்தவாறு கைநீட்டி ஏதோ சொல்லிவிட்டு, என்னை பின்தொடர்ந்தாள் நிலா.

எல்லோரும் சாப்பிட்டுவிட்டு, கைக்கழுவி, அவரவர் அறைக்குச் சென்றோம். நிலா அந்த இட்லித் துண்டை பார்க்கச் சென்றாள். மகிழ்ச்சியாக சிரித்தபடி அங்கிருந்து திரும்பி வந்து அந்த காகம் சாப்பிட்டதாக சொன்னாள்.

அடிக்கடி நிலா அந்த காகத்தை பார்க்கச் செல்வதும், அதனுடன் ஏதோ பேசுவதுமாக இருந்தாள். இதை இப்படியே விட்டால் சரியாக இருக்காது என்றெண்ணிய நான் வேறொரு முடிவை எடுத்தேன். நிலாவிடம் சென்றேன். இப்போது நிலா அந்த காகத்தைப் பார்த்தபடி நின்றிருந்தாள். காகம் அதே மரக்கிளையில் நின்றுகொண்டிருந்தது.

“நிலா…” திரும்பிப் பார்க்கவில்லை. மீண்டும் அழைத்தேன்.

“ம்மாடி…”

பார்க்கவில்லை. பக்கத்தில் சென்று அவளது கையைப் பிடித்தேன். நிலா திரும்பினாள். முகமெல்லாம் கண்ணீர் தனது வழித்தடத்தை அமைத்திருந்தது. அந்த பிஞ்சு நெஞ்சுக்குள் என்னவெல்லாம் ஓடியிருக்கும்..?

நானும் தமிழரசியும் நிலாவுடன் என்னதான் அன்பாக இருந்தாலும், நிலாவுக்கு நல்ல தோழியாக இருந்தவள் பத்தாயாதான் என்பது எங்கள் எல்லோருக்கும் தெரியும். யார் திட்டினாலும் பத்தாயாவின் மடிதான் நிலாவுக்கு அரவணைப்பில் மெத்தை. நிலாவை ஒருபோதும் பத்தாயா திட்டியதோ அடித்ததோ இல்லை. நிலாகூட பத்தாயாவை திட்டியிருப்பாள், அடித்தும்கூட இருப்பாள். எப்போதுமே நிலா வேகமாக கத்தி அழுததில்லை. மிகவும் சோகமான நேரங்களில்கூட ஒரு விரலை வாயில் கடித்தபடி சத்தமில்லாமல்தான் அழுவாள். அவளுடைய மொழி எங்கள் எல்லோருக்கும் தெரியும். ஆனால் பத்தாயாவுக்கு அன்பான வழியில் அந்த மொழியில் பேசி புரிய வைப்பாள். அந்த ஐந்து வயது நிலாவின் நெஞ்சத்தில் பலவாறு ஊடுருவி இருந்த பத்தாயா இப்போது இல்லை. நிலாவின் மனதுக்குள் உண்டாகியிருக்கும் வெறுமையை என்னால் முழுவதுமாக உணர முடிந்தது.

நிலா அழுகிறாள். என்னை அறியாமல் என் கண்ணிலும் கண்ணீர் கொட்டுகிறது. நிலா என் கண்ணைப் பார்க்கிறாள். நான் அந்த காகத்தை பார்க்கிறேன். நிலாவின் கண்ணீரைத் துடைத்துவிட்டு, அவளைதூக்கி நெஞ்சோடு அணைத்துக்கொண்டு அங்கிருந்து கிளம்பினேன். ஹாலில் அமர்ந்து எல்லோரும் பேசிக்கொண்டிருந்தார்கள்.

தொண்டை கட்டிய குரலில் இடுப்பில் இருந்தபடி நிலா கேட்டாள், “அப்பா! இனிமே பத்தாயாவ பாக்காவே முடியாதாப்பா..?” எனது ஈரல்குலை வெடிக்குமளவிற்கு இருந்தது, அவளின் இந்த கேள்வி.

“பத்தாயாவை ஏசப்பாகிட்ட போயிட்டாங்கன்னு அம்மா சொன்னா தானேடா...”

“அப்பா ஒரே ஒருமுறை பத்தாயாவ காட்டுறியாப்பா...”

திக்கென்று ஆகிவிட்டது எனக்கு.

“ப்ளீஸ்ப்பா...”

எனக்கு ஒருமிடம் மூச்சுக்காற்று நின்று வெளியேறியது. நான் நிலாவைப் பார்த்தேன். அவளது கண்களில் இருந்த ஏக்கத்தை என்னால் புரிந்துகொள்ள முடிந்தது. ஆனால் அவளது குழந்தை கேள்விக்கு நான் என்ன பதில் சொல்வதென்றே தெரியவில்லை எனக்கு. இருந்தாலும் காட்டிக் கொள்ளாமல் சொன்னேன்,

“தப்புடா அதெல்லாம். அப்படி பார்க்கக் கூடாது.”

“மண்ணுக்குள்ளே தானே இருக்கு, ஒரே ஒருமுறை மண்ணை எல்லாம் எடுத்துட்டு, பாத்துட்டு, அப்பறம் அதே போல மண்ணாலேயே மூடிட்டு வந்துடலாம்ப்பா...” மீண்டும் மீண்டும் கண்கலங்க வைக்கிறாள்.

நான் பொதுவாகவே அழுதது கிடையாது. பத்தாயா இறந்த அடுத்த நாள் முதலாக நிறைய முறை அழுதுவிட்டேன். அதற்கு பின்னால் பத்தாயா இருக்கிறாளோ இல்லையோ தெரியவில்லை. நிலாவின் கண்ணீரின் பின்னணியும் அவளின் ஏக்கமும், அவளின் ஏமாற்றமும், அவளின் பரிதாபமான கேள்விகளும் என்னை ஏதேதோ மனநிலைக்குக் கொண்டு சென்றிருந்தது. அந்த நிலைமை எனக்கு மிகவும் புதியதொரு நிலை. அந்த நிலையை என்னால் எதிர்கொள்ளவே முடியவில்லை.

“என்ன கேக்கிறா நிலா” என்றாள் தமிழரசி.

“பத்தாயா வேணுமாம்” என்றேன்.

“இப்படி கொடு” நிலாவை தமிழரசியின் மடியில் அமர வைத்தேன். தலையை கோதிவிட்டபடி தமிழரசி ஏதோ சொல்லிக்கொண்டிருந்தாள். நான் மீண்டும் வீட்டிற்குள்ளிருந்து வெளியே போய்க்கொண்டிருந்தேன்.

- 20 -

இன்னும் இரண்டு மாதமானால் பத்தாயா இறந்து ஒரு வருடம் ஆகப்போகிறது. எனவே கல்லறை கட்ட வேண்டும் என்பதால் ஏற்பாடு செய்யப்பட்டது. எல்லோரும் கல்லறைக்குச் சென்றோம். எங்களோடு இன்ஜினீயர் ஒருவர், கொத்தனார் மற்றும் சில ஆட்கள் வந்தார்கள். நான் எனது மாமனார் மற்றும் மச்சான் மூவரும் சென்றோம். மனசெல்லாம் படபடவென அடித்தது.

கல்லறைக்கு உள்ளே நுழைந்ததும் முன்பு பார்த்ததைப் போலவே காக்கைகளின் கூட்டம் அங்கொன்றும் இங்கொன்றுமாக கூடியிருந்தன. நாங்கள் கிட்டே சென்றதும் ஒரு காக்கைக் கூட்டம் தனது சிறகை அசைத்தபடி படபடவென மேலே பறந்து சென்றது. கல்லறையில் கட்டப்பட்டிருந்த கருப்பு மற்றும் பல வண்ணங்களில் இருந்த கல்லறைகளை பார்த்தபடி சென்றேன்.

எந்த வடிவத்தில் கல்லறை கட்ட வேண்டும் என்பதை நாங்கள் முன்னரே திட்டமிட்டிருந்தோம். அதன் வடிவமைப்பு படம் எங்கள் கைப்பேசியில் இருந்தது.

பத்தாயாவை புதைத்த இடத்தை கண்டுபிடித்தோம். ஒரு சாண் அளவிற்கு மண் உள்ளே அமுங்கி இருந்தது. மேலே இலைகளும் தழைகளும் மூடியிருந்தது. எங்களோடு வந்திருந்த ஆட்கள் சுடுகாட்டில் இருந்த ஒருவரிடம் பேசி மண்வெட்டியை வாங்கி வந்திருந்தார். அதைக் கொண்டு மண்ணை அள்ளி வெளியே போட்டார்கள். கல்லறையில் இருந்த புதைக்கும் ஆள் ஒருவர் வந்து, அந்த வேலையை தான் செய்வதாக சொல்லிச் செய்தார். இறுதியாக பத்தாயாவை மூடிய பெட்டி அகப்பட்டது. நெஞ்சம் பதைபதைத்தது. உடலெல்லாம் எங்களுக்கு நடுங்கியது. பெட்டியை மேலே தூக்கக்கூடாது என்பதால் அதனைச் சுற்றி செங்கற்கள் அமைக்க வேண்டும் என்று சொன்னார்கள். ‘அப்படியே ஆகட்டும்’ என்று மாமனார் சொன்னார்.

ஆனாலும் உள்ளே சடலமாக இருக்கும் பத்தாயாவின் உடலை பார்க்க வேண்டும் என்று அவரிடம் கேட்டேன். மறுப்பேதும் சொல்லாமல் அந்தப் பெட்டியில் அடித்திருந்த ஆணிகளை ஒவ்வொன்றாக எடுத்து தனது பாக்கெட்டில் போட்டுக்கொண்டு, இறுதியாக மேலே இருந்த பலகையை எடுத்து வைத்தார்.

பத்தாயாவின் மீது போர்த்தியிருந்த வெள்ளைப் புடவை ஆங்காங்கு கிழிந்திருந்தது. முகம் தெரியவில்லை. அவரது முகத்தில் வெள்ளை வெள்ளையாக பூஞ்சைகள் நிரம்பியிருந்தன. கைகள் ஒன்றோடொன்று இணைந்திருந்தன, அதன் மீதும் பூஞ்சைகள் நிரம்பி இருந்தன. கண்கள், வாய், மூக்கு என முகம் அனைத்தையும் பூஞ்சைகள் மூடி, அந்த இடமே ஒரு சிறிய முகடு போல இருந்தது. அந்த முகடுகள் வெள்ளை நிறத்தில் இருந்தன. மாமனாரையும் மச்சானையும் பார்த்தேன். என்னைப் போலவே அவர்களும் கண்ணீர் கலங்கி நின்றார்கள்.

★★★

முதலாம் ஆண்டு நிறைவடைகிறது. கல்லறை எழுப்பப் பட்டது. அதில் பத்தாயாவின் முகம் பொரித்திருந்தது. மற்றும் அவர் பிறந்த ஆண்டு தெரியாது என்பதால், இறந்த ஆண்டை மட்டும் குறித்திருந்தார்கள். கல்லறையை பார்க்க சென்றோம். எங்களுடன் ஒரு பாஸ்டர் வந்தார். நிலாவும் வந்தாள். எனது சின்ன மகளுக்கு ஒன்றரை வயது நிரம்பியிருந்தது.

ஜெபம் செய்தார் பாஸ்டர். எனது மாமியாருக்கு அழுது அழுது கண்கள் வீங்கியிருந்தது. இந்த முறை நிலா அழவில்லை. என்ன காரணம் என்றும் தெரியவில்லை. நாங்கள் எடுத்து வந்திருந்த மலர் வளையங்கள், பூக்கொத்துகள், ரோஜா பூக்கள் என்று எல்லாவற்றையும் கல்லறையின் மீது நிரப்பினோம். நிலாவும் தனது பங்கிற்கு சில பூக்களைத் தூவினாள். நான் நிலாவைப் பார்த்துக்கொண்டே இருந்தேன். அவளிடம் எந்த மாற்றமும் இல்லை. பிறகு எல்லோரும் கிளம்பினோம். நிலாவைத் தேடினேன். கட்டப்பட்டிருந்த கல்லறைக்கு பின்னால் நின்றுகொண்டு எதையோ அந்த கல்லறையின் சுவற்றில் கிறுக்கிக்கொண்டிருந்தாள்.

என்னவென்று பார்த்தேன். நிலாவுக்கு ஓவியம் என்றால் மிகவும் பிடிக்கும். பத்தாயாவை வரைந்து பத்தாயாவிடமே காட்டுவாள். அதைப் பார்த்து இருவரும் சிரித்துக் கொள்வார்கள். எங்கள் எல்லோரையும்கூட வரைந்திருக்கிறாள். ஆனால் ‘புதிதாக கட்டப்பட்டுள்ள கல்லறையில் என்ன கிறுக்குகிறாள்’ என்று பார்க்க அவளருகில் சென்றேன்.

அங்கு ஒரு ஓவியம் வரைந்து முடித்திருந்தாள் நிலா. அந்த ஓவியத்தில் நிறைய கட்டப்பட்ட கல்லறைகள் இருந்தன. அவற்றை சுற்றி நிறைய பறவைகள் பறந்தபடி இருந்தன.

அந்த பறவைகளுக்கு கருப்பு நிறம் கொடுத்திருந்தாள். அவை காக்கைகள்தான் என்பதை புரிந்துகொண்டேன். நடுவில் ஒரு கல்லறை மட்டும் பெரியதாக இருந்தது. அதன் மீது ஆங்கில எழுத்தில் '*Pathaayaa*' என்று எழுதி வைத்திருந்தாள். அந்த எழுத்துக்களுக்கு மேலாக இரண்டு கண்கள் அழுதபடி இருந்தன. அதன் மீது ஆங்கிலத்தில் '*Nila*' என்று எழுதியிருந்தாள்.

எதுவும் தெரியாததுபோல கேட்டேன் "என்னடா வரைஞ்சிருக்க"

நிலாவின் கண்கள் சிவந்து கலங்கியிருந்தது. என் கேள்விக்கு 'ஒன்றுமில்லை' என்பதுபோல தலையாட்டினாள். ஒரு தகப்பனாக துடிதுடித்துவிட்டேன். நிலாவின் கண்ணீரும், பக்குவத்துடன் 'அந்த பாசம் உனக்கு புரியாதுப்பா' என்பதுபோல தலையசைத்த காட்சியும் நான் சாகும்வரை என்னால் மறக்கவே முடியாது.

நிலாவை தூக்கிக்கொண்டு நடந்தேன். அவள் அந்த கல்லறையை வைத்த கண் வாங்காமல் பார்த்தபடியே என் கழுத்தில் அமர்ந்திருந்தாள்.

நாங்கள்தான் கல்லறையை விட்டு கடைசியாக செல்கிறோம். எல்லோரும் எங்களுக்கு முன்னால் சென்றுகொண்டிருந்தார்கள். படபடவென எங்களுக்கு இடதுபுறமாக ஒரு காக்கை கூட்டம் தனது சிறகை அசைத்தப்படி பறந்தன. நிலா என் தலையை சுரண்டினாள். ஒரு பக்கமாக நிமிர்ந்து மேலே பார்த்தேன். பறந்து செல்லும் காக்கை கூட்டத்தை நோக்கி கைக்காட்டினாள்.

இயேசு வருவார். அவரோடு பத்தாயாவும் வருவார் என்று நாங்கள் சொல்லி வைத்திருக்கிறோம்.

இப்போதும் கூட நிலா நம்பிக்கொண்டுதான் இருக்கிறாள், இயேசுவுடன் பத்தாயாவும் வருவாள் என்று...

★★★